പറക്കുന്ന രക്തദാഹികൾ

റോബിൻ പള്ളുരുത്തി

എഴുത്തിന്റെ നാൾ വഴിയിൽ എനിക്ക് മാർഗ്ഗ നിർദേശം നൽകിയ,നൽകുന്ന ഗുരുതുല്യർ . പുസ്തകത്തിന് അവതാരിക എഴുതി നൽകിയ കഥാകൃത്തും , നിരൂപകനും സർവ്വോപരി കോളേജ് അധ്യാപകനുമായ ശ്രീ.പെരുങ്കടവിള വിൻസന്റ് സാർ എന്റെ രചനകൾക്ക് അഭിപ്രായങ്ങളറിയിച്ച് പ്രോത്സാഹനമേകുന്ന മിത്രങ്ങൾ, പുസ്തകത്തിന്റെ പൂർണ്ണതയ്ക്കായി സഹായ സഹകരണങ്ങൾ നൽകിയ പ്രിയ സുഹൃത്തും കഥാകൃത്തുമായ വൈക (ഗീത സതീഷ്) . നവമാധ്യമ ആനുകാലിക സാഹിത്യ സദസ്സുകളിലെ സൗഹൃദങ്ങൾ, എന്റെ രചനകൾ പകർത്തിയെഴുതുന്ന സഹധർമ്മിണി മേരി സൗമ്യ . പൂർവ്വവിദ്യാർത്ഥി സുഹൃത്തുകൾ, പള്ളുരുത്തി Y.C.C ടെസ്റ്റ്, കൊച്ചിൻ സാഹിത്യ അക്കാദമി ഭാരവാഹികൾ . കഥാമിത്രം അംഗങ്ങൾ, എന്റെ യശശരീരനായ പിതാവ് എന്നിവർക്കുള്ള സ്നേഹ സമർപ്പണമാണ് എന്റെ ആദ്യ ബാലസാഹിത്യ കഥാസമാഹാരമെന്ന് വിശേഷിപ്പിക്കാവുന്ന " പറക്കുന്ന രക്തദാഹികൾ " എന്ന കഥാസമാഹാരം

ഉള്ളടക്കം

ആമുഖം   vii

മുഖവുര   ix

അവതാരിക   xi

  1. അദ്ധ്യായം 1   1

  2. അദ്ധ്യായം 2   3

  3. അദ്ധ്യായം 3   10

  4. അദ്ധ്യായം 4   12

  5. അദ്ധ്യായം 5   15

  6. അദ്ധ്യായം 6   21

  7. അദ്ധ്യായം 7   24

  8. അദ്ധ്യായം 8   27

  9. അദ്ധ്യായം 9   30

10. അദ്ധ്യായം 10   34

11. അദ്ധ്യായം 11   37

12. അദ്ധ്യായം 12   39

ആമുഖം

സമകാലീന സംഭവങ്ങളിലൂടെ, പാരസ്ഥിതിക പ്രശ്നങ്ങളിലൂടെ കൊതുകിന്റെ ചിറകിലേറി ഒരു സഞ്ചാരം. അതാണ് കവിയും കഥാകൃത്തുമായ ശ്രീ. റോബിൻ പള്ളുരുത്തിയുടെ ബാലസാഹിത്യത്തിൽ ഉൾപ്പെടുത്താവുന്ന "പറക്കുന്ന രക്തദാഹികൾ " എന്ന കഥാസമാഹാരം.

First Published in : December 2021.

മുഖവുര

റോബിൻ പള്ളുരുത്തി

ശ്രീ. റോബിൻ പള്ളുരുത്തി, വർത്തമാനകാല ഫെയ്സ് ബുക്ക് സാഹിത്യ കൂട്ടായ്മകളിൽ സുപരിചിതനും , നിറസാന്നിധ്യവുമായ ഒരു രചയീതാവാണ്. കൂടാതെ കൊച്ചിൻ സാഹിത്യ അക്കാദമി, കഥാമിത്രം എന്ന ഫെയ്സ് ബുക്ക് സാഹിത്യ സൗഹൃദ കൂട്ടായ്മയുടെ പ്രധാന സാരഥിയുമാണ്.

രണ്ടു നോവലുകളും, ഒരുപാട് ചെറു കഥകളും, കവിതകളും എഴുതിയിട്ടുണ്ട്. എഴുതിക്കഴിഞ്ഞ രണ്ടു നോവലുകളിൽ "തീരങ്ങൾ കഥ പറയുമ്പോൾ " എന്ന നോവൽ 2020 - ൽ പ്രസിദ്ധികരിച്ചു, രണ്ടാമത്തെ നോവന്റെ പ്രസിദ്ധീകരണ പ്രവർത്തനങ്ങൾ പുരോഗമിച്ചുകൊണ്ടിരിക്കുന്നു. ആദ്യ കവിതാസമാഹാരമായ കാവ്യഹാരവും , ചെറുകഥാ സമാഹാരമായ നിമിത്തവും 2021 ഓക്ടോബറിൽ പ്രസിദ്ധീകരിച്ചു. മാരത്തൺ കഥാരചനയിൽ ചുരുങ്ങിയ സമയംകൊണ്ട് ചെറുകഥാസാഹാരം പൂർത്തിയാക്കി പ്രസിദ്ധീകരിച്ചതിലൂടെ ഇന്ത്യാ ബുക്ക് ഓഫ് റെക്കോർസിലും, ഏഷ്യാ ബുക്ക് ഓഫ് റെക്കോർഡ്സിലും ഇടം നേടിയിട്ടുണ്ട്.

അവതാരിക

പെരുങ്കടവിള വിൻസൻറ്

കഥ പറയാനും കഥ കേൾക്കുവാനുമുള്ള കഴിവ് എന്നാണ് മനുഷ്യന് കൈവന്നത് എന്ന ഒരു ചോദ്യം നാം നമ്മോടു തന്നെ ചോദിച്ചുവെന്നിരിക്കട്ടെ, എന്തായിരിക്കും അതിനുള്ള ഉത്തരം ? മനുഷ്യർ സാമൂഹിക ജീവിതം ആരംഭിച്ചതു മുതൽ എന്ന് പറയേണ്ടി വരും. ആദ്യമൊക്കെ വാമൊഴിയായി തലമുറകൾ കൈമാറിക്കിട്ടിയ പ്രാചീന കഥകളും, നാട്ടറിവുകളും, ചികിത്സാ വിധികളുമെല്ലാം പിന്നെയെപ്പോഴോ വരമൊഴിയായി രൂപപരിണാമം കൈവരിച്ചു. മലയാള കഥയുടെ ലിഖിത രൂപത്തിന് വലിയ പ്രായമൊന്നുമില്ല, കേവലം 130 വയസ്സ്. വേങ്ങയിൽ കുഞ്ഞിരാമൻ മേനോൻ രചിച്ചതായി വിശ്വസിച്ചു പോരുന്നതും,1891-ൽ വിദ്യാവിനോദിനി മാസികയിൽ പ്രസിദ്ധപ്പെടുത്തിയതുമായ 'വാസനാവികൃതി' പ്രഥമ മലയാള കഥയായി പരിഗണിക്കപ്പെടുന്നു. ഇന്ന് മലയാള കഥ വിവിധ ഘട്ടങ്ങൾ കടന്ന്, തികച്ചും നവീനമായ ഒരു ഭാവുകത്വ തലത്തിലൂടെ കടന്നു പെയ്ക്കൊണ്ടിരിക്കുന്നു.

സാഹിത്യത്തിന്റെ ധർമ്മത്തെക്കുറിച്ചും, സാമൂഹ്യ പ്രസക്തിയെക്കുറിച്ചും ഭിന്നാഭിപ്രായങ്ങൾ ഉണ്ട്. 'കല' കലയ്ക്കു വേണ്ടിയെന്നും, കല ജീവിതത്തിനു

വേണ്ടിയെന്നും ഉള്ള ബൗദ്ധിക ചിന്താസരണികളിൽ നിന്നും വ്യതിചലിച്ച് 'കല, കലയ്ക്കും, ജീവിതത്തിന്നും വേണ്ടി ' എന്ന സമന്വയ തീരത്തെത്തിയവരും ഉണ്ട്. കല - അത് കഥയായാലും മറ്റേതെങ്കിലും കലാരൂപമായാലും അത്യന്തികമായി ആനന്ദംപകരണം എന്ന് സമ്മതിക്കുമ്പോൾത്തന്നെ അത് മുന്നോട്ട് വയ്ക്കുന്ന സാമൂഹിക സമസ്യകളും കാണാതാരുന്നു കൂടാ. കഥയ്ക്കുള്ളിലെ ഈ തഥ്യം, പഴത്തിനുള്ളിലെ വിത്തു പോലെ പഥ്യം തന്നെ.

ശ്രീ.റോബിൻ പള്ളുരുത്തി എഴുതിയ 'പറക്കുന്ന രക്തദാഹികൾ ' എന്ന പുതിയ കഥാസമാഹാരത്തിലൂടെ കടന്നുപോയപ്പോഴാണ് ഈ വക കാര്യങ്ങൾ മനസ്സിൽ വന്നത്. കഥയുടെ രസാനുഭൂതി പകരുന്നതിനെക്കാൾ , കാര്യത്തിന്റെ ആഴവും ,സാമൂഹിക പ്രസക്തിയും ബോധ്യപ്പെടുത്തുന്നതിലാണ് ഇതിലെ കഥകളിലൂടെ ശ്രീ. റോബിൻ ശ്രദ്ധയൂന്നുന്നത്. ചോരക്കൊതിയന്മാരായ കൊതുകുകളുടെ ആത്മകഥയാണിത്. വിവിധ തരം കൊതുകുകളുടെ കുമ്പസാരമോ, കുറ്റം ഏറ്റുപറച്ചിലോ, ചോരകുടിയുടെ ന്യായീകരണങ്ങളോ എന്നതിനപ്പുറം , കൊതുകുകൾ മനുഷ്യരെ ഉപദേശിക്കുന്നവർ ആയി മാറുകയാണ്. കൊതുകുനിവാരണത്തിന്റെ ആവശ്യം , കൊതുകുകൾ തന്നെ ബോധ്യപ്പെടുത്തുന്നു. ആദ്യ വായനയിൽ ഇത് ബാലസാഹിത്യം എന്ന് തോന്നുമെങ്കിലും, അടുത്ത വായനയിൽ ഇത് ബാലസാഹിത്യത്തിനും അപ്പുറമാണെന്ന് നമുക്ക് ബോദ്ധ്യപ്പെടും.

ഒരു കഥ സരസമായി പറയുക. അതിനുള്ളിൽ വായനക്കാർക്ക് ഒരു സന്ദേശം ശ്രദ്ധാപൂർവ്വം കരുതി വയ്ക്കുക. ഏതാണ്ട് ഇങ്ങനെയാണല്ലോ ബാലകഥയുടെ സാമാന്യ രൂപഘടന.എന്നാൽ ഇവിടെ എഴുത്തുകാരൻ ബോധപൂർവ്വം 'കൂട്ടുകാരെ ഞാൻ ' എന്ന പ്രയോഗത്തിലൂടെ ഇതിലെ കഥകൾ ബാലകഥകൾ ആണെന്ന് സ്ഥാപിച്ചെടുക്കുന്നു. ഇത് ഒരു കെണിയാണ്. അല്ലെങ്കിൽ വശീകരിക്കലാണ്. കഥ വായിപ്പിക്കുന്നതിനുള്ള തന്ത്രമാണ്. വായിച്ചു കഴിയുമ്പോൾ നാം തിരിച്ചറിയുകയാണ്, അതീവ ഗൗരവമുള്ളതും വികസന കുതിപ്പിൽ നാം ബോധപൂർവ്വമോ അബോധപൂർവ്വമോ അരികിലേക്ക് മറിച്ചു കളഞ്ഞതുമായ പ്രകൃതിയുടെ സന്തുലിതാവസ്ഥയ്ക്ക് ഏറ്റ ആഘാതത്തെക്കുറിച്ചുള്ള താക്കീതും, ജാഗ്രതപ്പെടുത്തലും ആണ് ഐറോണിക്കൽ ടെക്ക്നിക്കിലൂടെ ഇക്കഥകളിൽ ഇഴചേർന്നിരിക്കുന്നതെന്ന്. കൊതുകിന് തന്റെ വംശവർധനവിന് ഉപകാരപ്പെടുംവിധം യഥേഷ്ടം ചോര ലഭിക്കുമെന്നിരിക്കെ , സ്വന്തം വംശനാശത്തിനുള്ള വിദ്യ അത് മനുഷ്യർക്കെന്തിന് പറഞ്ഞു കൊടുക്കണം ? ഇവിടെയാണ് എഴുത്തുകാരന്റെ ഭാവനാവിലാസം വിജയം കാണുന്നത് . വായനക്കാരനെ കഥയുടെ

'എലിപ്പത്തായ' ത്തിൽ കുടുക്കി, മനുഷ്യവംശത്തിൻ്റെ നാശത്തിൻ്റെ ഭീകരാവസ്ഥ ബോധ്യപ്പെടുത്താനുള്ള തീവ്രശ്രമം.

കാടകങ്ങളിൽ നിയതിയുടെ ഒരു അലിഖിത നിയമമുണ്ട്. ഭക്ഷണത്തിനു മാത്രം മറ്റു ജീവികളെ വേട്ടയാടുക എന്നതാണത്. അതു കൊണ്ട് തന്നെ സാധാരണ ഗതിയിൽ വനത്തിലെ ജീവികളുടെ വംശങ്ങൾ കുറ്റിയറ്റു പോകുന്നില്ല. ജീവികളുടെ ആവാസ വ്യവസ്ഥയുടെ താളമാണത്. സ്വാർത്ഥതയുടെ, വെട്ടിപ്പിടിക്കലിൻ്റെ ആസുരഭാവം ഉപേക്ഷിച്ച് പരസ്പരാശ്രിതത്വത്തിൻ്റെയും, അവശ്യധിഷ്ടിത ഉപഭോഗത്തിൻ്റെയും ആദിപാഠം അഥവാ ബാലപാഠം പഠിപ്പിക്കുകയാണ് ശ്രീ.റോബിൻ്റെ രക്തദാഹികളായ കൊതുകുകൾ. കൊതുകുകൾ മനുഷ്യനിൽ നിന്നെന്നപോലെ, മനുഷ്യൻ പ്രകൃതിയിൽ നിന്ന് ജീവരക്തം ഊറ്റിക്കുടിക്കുമ്പോൾ നാളേയ്ക്ക് അല്പം ബാക്കി വയ്ക്കാൻ കഴിയണം. രക്തം നല്കുന്ന മനുഷ്യനോട് കൊതുകിനുള്ളതിൻ്റെ ഒരംശമെങ്കിലും കരുതൽ മനുഷ്യന് ഭൂമിയോടുണ്ടാകണം. രക്തദാഹികളായ കൊതുകുകൾ നല്കുന്ന പാഠമാണിത്.

കഠിനാധ്വാനം കൊണ്ട് പ്രതിഭയെ മിനുക്കിയെടുക്കുന്ന നവ എഴുത്തുകാരിൽ ശ്രദ്ധേയനാണ് ശ്രീ.റോബിൻ പള്ളുരുത്തി. എഴുത്തു വഴിയിൽ കാലുറപ്പിച്ച് ഉയരങ്ങളിലേയ്ക്കുള്ള പടവുകൾ കയറുന്ന ശ്രീ.റോബിൻ പള്ളുരുത്തിയുടെ ' പറക്കുന്ന രക്തദാഹികൾ ' എന്ന ഈ സവിശേഷമായ ചെറുകഥാ പുസ്തകം അതീവ സന്തോഷത്തോടെ വായനക്കാർക്ക് മുമ്പിൽ അവതരിപ്പിക്കുന്നു. മലയാള സാഹിത്യ ലോകത്ത് തൻ്റേതായ ഒരിടം കണ്ടെത്താൻ അദ്ദേഹത്തിന് കഴിയട്ടെ എന്ന് ആശംസിക്കുകയും ചെയ്യുന്നു.

പെരുങ്കടവിള വിൻസൻറ്

1

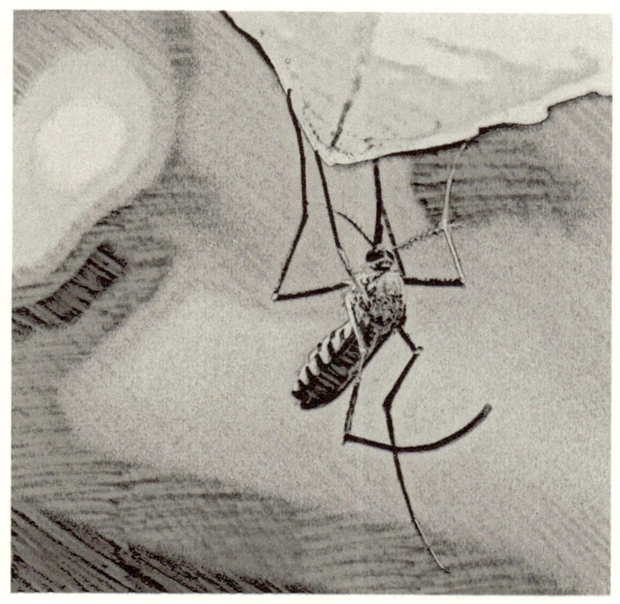

കൂട്ടുകാരെ ഞാനൊരു കൊതുകാണ്. ഭൂമിയിൽ കുറച്ച് നാളുകൾ മാത്രമേ എനിക്ക് ആയുസ്സുള്ളൂ. ഓരോ ദിനവും ഓരോ വീടുകളിലാണ് എനിക്ക് ഡ്യൂട്ടി. ഞങ്ങളുടെ വർഗ്ഗത്തിൽ പെൺകൊതുകുകളാണ് രക്തം കുടിച്ച് വിശപ്പടക്കുന്നത്. ഞങ്ങളുടെ പുരുഷ വർഗ്ഗങ്ങളെല്ലാം സസ്യ ബുക്കുകളാണ്. ഞാനുൾപ്പെടുന്ന കൊതുകുവർഗ്ഗത്തിന്റെ ശരിക്കുള്ള വർഗ്ഗനാമം,"ക്യൂലക്സ് "എന്നാണ്. ഞങ്ങളെന്നും അഴുക്കു വെള്ളത്തിലാണ് മുട്ടയിടുന്നതും വളർന്നു വലുതാകുന്നതും. അതിനായി മനുഷ്യർ തന്നെ ഞങ്ങൾക്ക് സ്ഥിരം വേദികൾ ഒരുക്കിത്തരാറുമുണ്ട്. ക്യൂലക്സ് വർഗ്ഗത്തിൽപ്പെട്ട ഞങ്ങൾ പൊതുവേ രാത്രി സഞ്ചാരികളാണ്. രാത്രികാലങ്ങളിൽ മനുഷ്യ വാസമുള്ള വീടുകളാണ്

ഞങ്ങളുടെ ഇഷ്ട കേന്ദ്രങ്ങൾ . കൊതുക് വർഗ്ഗത്തിൽ എന്നെക്കൂടാതെ .. ഈഡിസ് , മാൻസോണി, അനോഫിലസ് , എന്നിങ്ങനെ വേറെയും വിഭാഗങ്ങളുണ്ട്. ഒരു പക്ഷെ അതിൽ കൂടുതലും ഉണ്ടാവാം കേട്ടോ. വെറുമൊരു കൊതുകായ എന്റെ അറിവുകൾ മനുഷ്യരായ നിങ്ങളേക്കാൾ വളരെ പരിമിതമാണ്. എന്ത് തന്നെയായാലും മനുഷ്യർക്കിടയിൽ പലവിധ പകർച്ചവ്യാധികൾ പരത്തുന്നത് ഞങ്ങളുടെ സ്ഥിരം വിനോദമാണ്. ഞാൻ സാധാരണയായി മന്ത് രോഗവും ജപ്പാൻ ജ്വരവുമാണ് മനുഷ്യരിലേക്ക് എത്തിക്കുന്നത്.കൂട്ടുകാരെ, ഇന്ന് ഞാൻ നിങ്ങൾക്ക് ഈഡിസ് കൊതുക് വർഗ്ഗത്തിൽപ്പെട്ട എന്റെ കൂട്ടുകാരിയെ പരിചയപ്പെടുത്തിത്തരാം. കറുത്ത ശരീരത്തിൽ വലിയ വരകളുള്ളവളാണ് അവൾ . സാധാരണയായി പകൽ സമയങ്ങളിലാണ് അവളുടെ സഞ്ചാരം. പക്ഷെ നേരം പുലരാൻ ഇനിയും സമയമുണ്ടല്ലൊ? അവൾ വരുന്നതുവരെ, നിങ്ങൾക്ക് ഞാനൊരു കഥ പറഞ്ഞു തരട്ടെ ?

എല്ലാം ഞാനറിഞ്ഞ സത്യങ്ങളാണട്ടോ .കാരണം, ഈ മണ്ണിൽ ഞങ്ങൾ ചെല്ലാത്ത സ്ഥലങ്ങളുമില്ല , കാണാത്ത കാഴ്ചകളുമില്ല എന്നതു തന്നെ. ഞാൻ കണ്ടത് എന്താണെന്നും അറിഞ്ഞതെന്താണെന്നും കൂട്ടരെ , നിങ്ങൾക്കും അറിയണമെന്നില്ലെ?

ഞാൻ പറയാം ....

2

ഇന്നലെ എന്റെ നൈറ്റ് ഡ്യൂട്ടി നാട്ടിലെ അറിയപ്പെടുന്ന ഡോക്ടറായ ഫ്രാങ്ക്ലിന്റെ വീട്ടിലായിരുന്നു.

ഞാൻ വീടിന്റെ വാതിൽ ക്കലെത്തിയപ്പോൾത്തന്നെ അവിടെ എഴുതി വച്ചിരിക്കുന്ന പേരുകൾകണ്ടു.

ഡോ : ഫ്രാങ്ക്ലിൻ ജോസഫ് .

തൊട്ട് താഴെയായി

ഡോ: അന്ന ഫ്രാങ്ക്ലിൻ . രണ്ടു പേരുടേയും പേരുകൾക്ക് പിന്നിലായി കുറേ ഇഗ്ലീഷ് അക്ഷരങ്ങൾ എഴുതി വച്ചിട്ടുണ്ടായിരുന്നു. അതൊന്നും വായിച്ച് നിൽക്കുവാൻ എന്റെ വിശപ്പെന്നെ അനുവദിക്കാഞ്ഞതുകൊണ്ട്. ഞാൻ സമയം കളയാതെ .അകത്തേക്ക് പറന്നുചെന്നു.

കൊട്ടാരം പോലുള്ള വീടായിരുന്നു അത്. എങ്കിലും അവിടെ ഒരു വേലക്കാരിയെ പോലും ഞാൻ കണ്ടില്ല. ജനലും വാതിലും അടച്ചിട്ടിരുന്നു. എനിക്കും എന്റെ വർഗ്ഗത്തിനും ഭ്രഷ്ട് കൽപിച്ചതുപോലെ വാതിലിലും ജനലിലും നെറ്റുകൾ പിടിപ്പിച്ചിരുന്നു വീടിനകത്ത് കയറുവാൻ മാർഗ്ഗമൊന്നും കാണാതായപ്പോൾ ഞാനറിയാതെത്തന്നെ ദൈവത്തെ വിളിച്ചുപോയി..

" ദൈവമേ ഇന്ന് ആരെയാണാവോ കണി കണ്ടത്.? ഇന്നത്തെ കാര്യം പട്ടിണിയാണെന്നാണ് തോന്നുന്നത് ...!"

ഞാൻ ശങ്കിച്ചുകൊണ്ട് മനസ്സിൽ പറഞ്ഞു. . അന്നേരമാണ് അകലെ നിന്നും ഒരു കാറിന്റെ ഹോൺ മുഴങ്ങുന്നത് കേട്ടത്. അതുകേട്ടതും എവിടെയോ മറഞ്ഞ് നിന്നിരുന്നത് പോലെ പുറത്തേക്ക് ചാടിയിറങ്ങിയ കാവൽക്കാരൻ ഓടിച്ചെന്ന് ഗെയ്റ്റ് തുറന്നു . തുറന്നു കിടന്ന ഗെയിറ്റും മറികടന്ന് സിമന്റ് വഴിയിലൂടെ ഒരു വില കൂടിയ കാർ അകത്തേക്ക് കയറി വന്നു.

"ഹാവൂ ഇന്ന് പട്ടിണിയാകില്ല "

കാറ് കണ്ടതും ഞാൻ സന്തോഷത്തോടെ ആശ്വാസത്തോടെ ഒന്ന് വട്ടമിട്ട് മൂളി പറന്നു .

ഫോണിൽ സംസാരിച്ച് കൊണ്ട് ഫ്രാങ്ക്ലിൻ ഡോക്ടർ കാറിൽ നിന്നുമിറങ്ങി. അയാൾ പറയുന്നതെല്ലാം , എനിക്ക് കേൾക്കാമായിരുന്നു.

" ഒന്നുമില്ല ഡാർളിങ്ങ് . നമ്മൾ തീരുമാനിച്ച പോലെ നെക്സ്റ്റ് വീക്ക് സെമിനാറിൽ പെങ്കെടുക്കുവാൻ UK യിലേക്ക് നമുക്ക് ഒരുമിച്ച് തന്നെ പോകാം . ഞാൻ എല്ലാം ശരിയാക്കിയിട്ടുണ്ട്. പിന്നെയുള്ള ഒരാഴ്ച നമുക്ക് ആഘോഷമാക്കണം. നീ പേടിക്കണ്ട മോളൂ ..

അന്ന, അവളൊന്നുമറിയില്ല. എല്ലാം ഞാൻ നോക്കിക്കൊള്ളാം " .

ഡോക്ടർ സംസാരിക്കുന്നത് അയാളുടെ ഭാര്യയോടല്ലെന്ന് അന്നേരം തന്നെ എനിക്ക് മനസ്സിലായി.

ഡോക്ടർ വീടിന്റെ വാതിൽ തുറന്ന തക്കം നോക്കി അയാളോടൊപ്പം ഞാനും , അകത്ത് കയറിപ്പറ്റി.

ആ വലിയ വീടിന്റെ അകങ്ങളിൽ ദാഹം മാറ്റാൻ ,ഉള്ളിലെ വിശപ്പടക്കാൻ ഒരു തുള്ളി രക്തം അന്വേഷിച്ച് ഞാൻ ചുറ്റിക്കറങ്ങി . പക്ഷെ അവിടെ ചുമരിൽ തൂക്കിയിട്ടിരുന്ന ഡോക്ടറുടെ കുടുംബ ചിത്രങ്ങളല്ലാതെ മറ്റൊന്നും ഞാൻ കണ്ടില്ല.

ഞാൻ തിരികെ പറന്ന് ഡോക്ടറുടെ അടുത്തെത്തി. അപ്പോഴും ഡോക്ടർ ഫോണിലൂടെ കാമുകിക്ക് സ്നേഹ ചുംബനങ്ങൾ നൽകി പ്രണയിക്കുകയായിരുന്നു.

പുറത്ത് മറ്റൊരു കാർ വന്നുനിന്നു . അതിന്റെ ശബ്ദം കേട്ട്, ഞാൻ വളരെ പ്രതീക്ഷയോടെ വാതിലിന് നേരെ നോക്കി ,

വാതിൽതുറന്ന് അതിവേഗത്തിൽ വെളുത്ത് തടിച്ചൊരു സ്ത്രീ അകത്തേക്ക് കയറി വന്നു.

" ഡോ: അന്ന.."

വന്നപാടെ അവർ ഫ്രാങ്ക്ലിൻ ഡോക്ടറോട് കയർക്കുവാൻ തുടങ്ങി.

"ദേ മനുഷ്യാ, എല്ലാത്തിനും ഒരു പരിധിയുണ്ട്. ഞാൻ ഒന്നുമറിയുന്നില്ലെന്ന് കരുതരുത് ."

ഡോ: ഫ്രാങ്ക്ലിൻ ഒരു ചെറിയ പേടിയോടെ ആകെ കലികയറി നിൽക്കുന്ന തന്റെ ഭാര്യയെ നോക്കുന്നത് , അയാളുടെ അടുത്ത് നിന്നിരുന്ന ഞാൻ കാണുന്നുണ്ടായിരുന്നു.

"നിങ്ങൾ എന്നോട് പറയാതെ എന്തിനാ ബാങ്കിൽ നിന്നും പണം പിൻവലിച്ചത് "

അന്ന ചോദിച്ചു.

"അപ്പോ അതാണ് കാര്യം അല്ലെ ? ".

കാര്യമെന്താണെന്ന് അറിഞ്ഞപ്പോഴാണ് ഫ്രാങ്ക്ലിൻ ഡോക്ടറുടെ ശ്വാസഗതി നേരെയായത്.

"ആ.. അത് പിന്നെ സെമിനാറിന് പോകുവാനുള്ള ഫ്ലൈറ്റ്ടിക്കറ്റ് ബുക്ക് ചെയ്യണമായിരുന്നു. പിന്നെ കുറച്ച് പണം മകൾക്കും അയച്ച് കൊടുത്തു. ഹോസ്റ്റലിലാണെങ്കിലും അവൾക്കും അവിടെ ചിലവുകൾ കാണില്ലേ ?"

ഫ്രാങ്ക്ലിൻ മറുപടി നൽകി..

"എങ്കിലത് .. നിങ്ങൾക്കെന്നോട് നേരത്തേ പറയാമായിരുന്നില്ലേ? ഞാൻ എന്തെല്ലാം കാര്യങ്ങൾ പ്ലാൻചെയ്തതാ .. എല്ലാം നശിപ്പിച്ചു. നാളെ പുതിയ മാലയില്ലാതെ ഞാൻ എങ്ങിനെ വുമൺസ് ക്ലബ്ബിൽ ചെല്ലും ? മറ്റുള്ളവരുടെ മുഖത്ത് ഞാനെങ്ങിനെ നോക്കും ? "

അന്ന തലയിൽ കൈകൊണ്ട് താങ്ങി സോഫയിലിരുന്നു.

അന്നയുടെ മുഖം കണ്ടിട്ടെനിക്ക് ചിരിയടക്കാൻ കഴിയാതെ ഞാനവരുടെ ഭർത്താവിന്റെ മുഖത്തേക്ക് നോക്കി.

അന്നേരം ഫ്രാങ്ക്ലിൻ ഡോക്ടറുടെ കാര്യവും വ്യത്യസ്തമായിരുന്നില്ല ചിരി അടക്കാനാവാതെ അയാൾ അവിടെ നിന്നും അകത്തെ മുറിയിലേക്ക് നടന്നു.

അന്ന മുഖമുയർത്തി, അയാൾ മുറിയിൽകയറിയെന്ന് ഉറപ്പ് വരുത്തി. അതിനുശേഷം ബാഗിൽ നിന്നും ഫോണെടുത്തു. അതുകണ്ട് അവരുടെ അടുത്തേക്ക് ഞാൻ പറന്നു ചെന്നു.

അവർ ഫോണിൽ എന്തോ ടൈപ്പ് ചെയ്യുകയായിരുന്നു .. ആകാംക്ഷയോടെ ഞാനത് എന്താണെന്ന് നോക്കി.

"സോറി കുട്ടാ ..നീ പിണങ്ങല്ലെ നിനക്ക് ഞാൻ നാളെ തരാമെന്ന് പറഞ്ഞിരുന്ന തുക കുറച്ച് ഡിലേയാകും ... കൂടിയാൽ രണ്ടു ദിവസം .. അടുത്താഴ്ച്ച എന്റെ ഹസ്ബന്റ് UK യിലേക്ക് പോകുകയാണ്. പിന്നെ ഒരാഴ്ച്ച കഴിഞ്ഞേ വരൂ. നമ്മുക്കൊന്ന് കൂടാം.. നീ പിണങ്ങല്ലേ . ഐ ലൗ യൂ....ഡാ "

ഫ്രാങ്ക്ലിൻ ഡോക്ടർക്ക് മാത്രമല്ല അന്ന ഡോക്ടർക്കും മറ്റൊരു പ്രണയം ഉണ്ടെന്ന് അതു കേട്ടപ്പോൾത്തന്നെ എനിക്ക് മനസ്സിലായി.

പെട്ടെന്ന് മുറി തുറക്കുന്ന ശബ്ദം കേട്ടു. അന്ന ഒന്നും സംഭവിക്കാത്തതുപോലെ ഫോൺ ബാഗിൽ വച്ചു.

അയാൾ മുറിയിൽ നിന്നും ഹാളിലേക്ക് വന്നതും ഡോ: അന്ന ധൃതിയിൽ ബാഗുമായി മുറിക്കകത്തുകയറി കതകടച്ചു.

ഒരു പാട് പ്രതീക്ഷയോടെയായിരുന്നു ഞാനവിടെ ചെന്നത് പക്ഷേ നേരമേറെ ഇരുട്ടിയിട്ടും ചോരയുടെ ഒരു കണം പോലും ഒന്നു രുചിച്ച് നോക്കുവാൻ പോലും എനിക്കവിടന്ന് കിട്ടിയില്ല. അവിടെ നിന്നും

എങ്ങിനെയെങ്കിലും പുറത്ത് കടക്കണമെന്ന് ഞാൻ നിശ്ചയിച്ചു. പക്ഷെ ..വാതിലും ജനലും അടഞ്ഞ് കിടക്കുകയായിരുന്നു.

എടീ അന്നേ , ഞാൻ ക്ലബ്ബിലേക്ക് പോകുന്നു. വരാൻ വൈകും നീ ഭക്ഷണം കഴിച്ച് കിടന്നോ" .

ഡോക്ടറുടെ വാക്കുകളിൽ നിന്നും അയാൾ പുറത്തേക്ക് പോകുവാനുള്ള തയ്യാറെടുപ്പാണെന്ന് എനിക്ക് മനസ്സിലായി. ഒപ്പം ഏറെ ആശ്വാസവും .

"ഇത് തന്നെ പറ്റിയ അവസരം "

ഞാനപ്പോൾത്തന്നെ മനസ്സിലുറപ്പിച്ചു..

അന്നയുടെ മറുപടിക്ക് കാത്തുനിൽക്കാതെ ഡോ:ഫ്രാങ്ക്ലിൻ പുറത്തേക്ക് ഇറങ്ങുവാൻ വാതിൽ തുറന്ന നിമിഷം തന്നെ ഞാനും അയാൾക്കൊപ്പം പുറത്ത് കടന്നു . പുറത്തെ തണുത്ത കാറ്റ് കൊണ്ടപ്പോൾ ഏതോ തടവറയിൽ നിന്നും മോചനം കിട്ടിയതുപോലെയാണ് എനിക്ക് തോന്നിയത്.

ഞാനൊന്ന് തിരിഞ്ഞ് നോക്കി. അപ്പോഴേക്കും ഫ്രാങ്ക്ലിൻ ഡോക്ടർ തന്റെ കാമുകിയുമായുള്ള ഫോൺസംഭാഷണം വീണ്ടും തുടങ്ങിക്കഴിഞ്ഞിരുന്നു.

"നിന്റെ ഡ്യൂട്ടി കഴിഞ്ഞോ ? ഞാനിറങ്ങി.നമ്മൾ പതിവായി കാണുന്ന ഹോട്ടലിൽവെച്ച് കാണാം.. നീ ടെൻഷനടിക്കാതെ ഞാനിപ്പോളവിടെയെത്തും "

ഫോണിൽ സംസാരിച്ചുകൊണ്ടയാൾ കാറിൽ കയറുന്നത് വിശന്ന വയറോടെ എനിക്ക് നോക്കി നിൽക്കേണ്ടി വന്നു .

"ഇനി എവിടെന്നാ കുറച്ച് ചോര കുടിക്കാൻ മാർഗ്ഗം. "

ഇന്നലെ എന്റെ നൈറ്റ് ഡ്യൂട്ടി നാട്ടിലെ അറിയപ്പെടുന്ന ഡോക്ടറായ ഫ്രാങ്ക്ലിന്റെ വീട്ടിലായിരുന്നു.

ഞാൻ വീടിന്റെ വാതിൽ ക്കലെത്തിയപ്പോൾത്തന്നെ അവിടെ എഴുതി വച്ചിരിക്കുന്ന പേരുകൾകണ്ടു.

ഡോ : ഫ്രാങ്ക്ലിൻ ജോസഫ് .

തൊട്ട് താഴെയായി

ഡോ: അന്ന ഫ്രാങ്ക്ലിൻ . രണ്ടു പേരുടേയും പേരുകൾക്ക് പിന്നിലായി കുറേ ഇംഗ്ലീഷ് അക്ഷരങ്ങൾ എഴുതി വച്ചിട്ടുണ്ടായിരുന്നു. അതൊന്നും വായിച്ച് നിൽക്കുവാൻ എന്റെ വിശപ്പെന്നെ അനുവദിക്കാഞ്ഞതുകൊണ്ട്. ഞാൻ സമയം കളയാതെ .അകത്തേക്ക് പറന്നുചെന്നു.

കൊട്ടാരം പോലുള്ള വീടായിരുന്നു അത്. എങ്കിലും അവിടെ ഒരു വേലക്കാരിയെ പോലും ഞാൻ കണ്ടില്ല. ജനലും വാതിലും അടച്ചിട്ടിരുന്നു. എനിക്കും എന്റെ വർഗ്ഗത്തിനും ഭ്രഷ്ട് കൽപിച്ചതുപോലെ വാതിലിലും ജനലിലും നെറ്റുകൾ പിടിപ്പിച്ചിരുന്നു വീടിനകത്ത് കയറുവാൻ മാർഗ്ഗമൊന്നും കാണാതായപ്പോൾ ഞാനറിയാതെത്തന്നെ ദൈവത്തെ വിളിച്ചുപോയി..

" ദൈവമേ ഇന്ന് ആരെയാണാവോ കണി കണ്ടത്.? ഇന്നത്തെ കാര്യം പട്ടിണിയാണെന്നാണ് തോന്നുന്നത് ...!"

ഞാൻ ശങ്കിച്ചുകൊണ്ട് മനസ്സിൽ പറഞ്ഞു. . അന്നേരമാണ് അകലെ നിന്നും ഒരു കാറിന്റെ ഹോൺ മുഴങ്ങുന്നത് കേട്ടത്. അതുകേട്ടതും എവിടെയോ മറഞ്ഞ് നിന്നിരുന്നത് പോലെ പുറത്തേക്ക് ചാടിയിറങ്ങിയ കാവൽക്കാരൻ ഓടിച്ചെന്ന് ഗെയ്റ്റ് തുറന്നു . തുറന്നു കിടന്ന ഗെയിറ്റും മറികടന്ന് സിമന്റ് വഴിയിലൂടെ ഒരു വില കൂടിയ കാർ അകത്തേക്ക് കയറി വന്നു.

"ഹാവൂ ഇന്ന് പട്ടിണിയാകില്ല "

കാറ് കണ്ടതും ഞാൻ സന്തോഷത്തോടെ ആശ്വാസത്തോടെ ഒന്ന് വട്ടമിട്ട് മൂളി പറന്നു .

ഫോണിൽ സംസാരിച്ച് കൊണ്ട് ഫ്രാങ്ക്ളിൻ ഡോക്ടർ കാറിൽ നിന്നുമിറങ്ങി. അയാൾ പറയുന്നതെല്ലാം , എനിക്ക് കേൾക്കാമായിരുന്നു.

" ഒന്നുമില്ല ഡാർളിങ് . നമ്മൾ തീരുമാനിച്ച പോലെ നെക്സ്റ്റ് വീക്ക് സെമിനാറിൽ പെങ്കെടുക്കുവാൻ UK യിലേക്ക് നമുക്ക് ഒരുമിച്ച് തന്നെ പോകാം . ഞാൻ എല്ലാം ശരിയാക്കിയിട്ടുണ്ട്. പിന്നെയുള്ള ഒരാഴ്ച നമുക്ക് ആഘോഷമാക്കണം. നീ പേടിക്കണ്ട മോളൂ ..

അന്ന, അവളൊന്നുമറിയില്ല. എല്ലാം ഞാൻ നോക്കിക്കൊള്ളാം " .

ഡോക്ടർ സംസാരിക്കുന്നത് അയാളുടെ ഭാര്യയോടല്ലെന്ന് അന്നേരം തന്നെ എനിക്ക് മനസ്സിലായി.

ഡോക്ടർ വീടിന്റെ വാതിൽ തുറന്ന തക്കം നോക്കി അയാളോടൊപ്പം ഞാനും , അകത്ത് കയറിപ്പറ്റി.

ഞാൻ ഒരിക്കൽകൂടി വീടിന് ചുറ്റും വട്ടമിട്ട് മൂളിപ്പറന്നു. അന്നേരമാണ് ഗെയ്റ്റിന് മുന്നിൽ നിൽക്കുന്ന കാവൽക്കാരനെ ഞാൻ കണ്ടത്.

"ഹാവൂ ആശ്വസമായി . ഇന്ന് ഇവന്റ ചോരകുടിക്കാം..."

കണ്ടപ്പോൾ തന്നെ അയാൾ മലയാളിയല്ലെന്ന് എനിക്ക് മനസ്സിലായി.

" അല്ലേലും എനിക്കെന്ത് മലയാളി . എന്ത് ബംഗാളി . ചോരയെല്ലാം ഒന്നല്ലെ ? . കല്ലുവച്ചനുണ പറഞ്ഞ് ജീവിക്കുന്ന മനുഷ്യരുടെ ചോരയ്ക്കും, കൂലി വേലചെയ്ത് സന്തോഷത്തോടെ ഉറങ്ങുന്ന മനുഷ്യരുടെ ചോരയ്ക്കും നിറവും

, ഗുണവും , രുചിയും വേറെയാണെന്ന് ഇത്രനാളും ഞാൻ കുടിച്ചിട്ടുള്ള കുടിച്ചചോരയിൽ നിന്നും തോന്നിയിട്ടില്ല.. അത് ഞാൻ നേരിട്ടറിഞ്ഞ സത്യവുമാണ്. "

എനിക്കാണെങ്കിൽ ഇന്നലെ നല്ല വിശപ്പുണ്ടായിരുന്നു

"ബംഗാളിയെങ്കിൽ ബംഗാളി , ഞാനാ കാവൽകാരന്റെ അടുത്തേക്ക് പറന്നുചെന്ന് അയാളുടെ കരങ്ങൾക്ക് എത്തി പിടിക്കുവാൻ കഴിയാത്ത മുതുകിന്റെ മദ്ധ്യഭാഗത്തിരുന്നു കൊണ്ട് എന്റെ കുഞ്ഞു വയറിന്റെ വിശപ്പു മാറ്റി.. ഭൂമിയിൽ ജീവിച്ചിരിക്കുന്നത്രയുംകാലം വിശപ്പടക്കിയല്ലേ പറ്റൂ.

നേരം പുലരാറായെന്ന് തോന്നുന്നു. നഗരത്തിലെ തിരക്കുള്ള ചന്തയിലായിരുന്നു ഇന്നെനിക്ക് ഡ്യൂട്ടി .രാത്രിയിലും ഒരുപാട് ആളുകൾ വന്നുപോകുന്ന സ്ഥലമായതുകൊണ്ട് , വിശപ്പടക്കുവാൻ യാതൊരുമുട്ടുമുണ്ടായില്ല. ദേ ഞാൻ നേരത്തേപറഞ്ഞ ഈഡിസ് കൊതുകു വർഗ്ഗത്തിൽപ്പെട്ട കൂട്ടുകാരി വരുന്നുണ്ട്. അവളുടെ വിശേഷങ്ങളും അവളറിഞ്ഞ സത്യങ്ങളും അവൾതന്നെ നിങ്ങളോട് പറയും എന്റെ നൈറ്റ് ഡ്യൂട്ടി കഴിഞ്ഞു എങ്കിൽ ഞാൻ പോകട്ടെ കൂട്ടുകാരെ ഞാൻ പറഞ്ഞ കാര്യങ്ങളും കഥകളുമൊന്നും മറക്കരുതെറ്റോ ..

4

കൂട്ടുകാരെ ,ഇത് ഞാനാണ് ക്യൂലക്സ് കൊതുക് നിങ്ങൾക്കു മുന്നിൽ പരിചയപ്പെടുത്തിയ "ഈഡീസ് " വർഗ്ഗത്തിൽപ്പെട്ട കൊതുക് . ക്യൂലക്സും ഞാനും കൂട്ടുകാരികളാണെങ്കിലും അവളേക്കാൾ ഭംഗി എനിക്കാണെന്നാണ് കൊതുകു ലോകത്തിൽ പരക്കെയുള്ള സംസാരം. മാത്രവുമല്ല ഞാൻ അവളേപ്പോലെ മലിനജലത്തിലൊന്നും പോകാറില്ല. അതു തന്നെയാണ് എന്റെ സൗന്ദര്യത്തിന്റെ രഹസ്യവും. നാട്ടിൽ ശുദ്ധജലം ഒഴുകി പോകാതെ കെട്ടിക്കിടക്കുന്ന സ്ഥലങ്ങൾ ഒരുപാടുള്ളപ്പോൾ , ഞാനെന്തിന് മലിനജലത്തിൽ മുട്ടയിടണം ? മാത്രവുമല്ല മനുഷ്യർതന്നെ എനിക്കുമെന്റെ കൂട്ടുകാരികൾക്കും മുട്ടയിട്ട് പെരുകുവാനുള്ള അവസരങ്ങൾ വീടുകളിൽത്തന്നെ ഒരുക്കിത്തരാറുമുണ്ട് . മഴവെള്ളം കെട്ടിക്കിടക്കുന്ന സ്ഥലങ്ങൾ, വെള്ളം നിറഞ്ഞ ഫ്ലവർ വേസുകൾ, ചിരട്ടകൾ, പൂച്ചട്ടികൾ, പഴയ പാത്രങ്ങൾ എന്നിങ്ങനെയുള്ള വസ്തുക്കൾ നിറഞ്ഞ ഓരോ വീടുകളും ഞങ്ങൾക്കെന്നും പ്രിയപ്പെട്ട അവാസസ്ഥലങ്ങളാണ്.. ഞാനും എന്റെ വർഗ്ഗത്തിൽപ്പെട്ട കൊതുകുകളും അവിടങ്ങളിലാണ് വസിക്കുന്നതും. മുട്ടയിടുന്നതും. ഞങ്ങൾ പൊതുവെ , പകൽ സമയങ്ങളിൽ മാത്രമെ മനുഷ്യരുടെ രക്തംകുടിക്കുവാൻ ഇറങ്ങാറുള്ളൂ. മനുഷ്യരക്തം കുടിക്കുന്നതിനൊപ്പം ഞങ്ങൾ , ഈഡിസ് കൊതുകുകൾ, സൗജന്യമായി ചില രോഗങ്ങളും അവർക്ക് നൽകാറുണ്ട്. ഡെങ്കിപ്പനി, ചിക്കൻ ഗുനിയ, യെല്ലോ ഫീവർ എന്നിങ്ങനെയുള്ള രോഗങ്ങളെ ശരീരത്തിൽ വഹിക്കുന്നതും മനുഷ്യരിൽ പടർത്തുന്നതും ഞാനും എന്റെ കൂട്ടുകാരികളും ചേർന്നാണ്.

രാവിലെയാണ് എന്റെ വർഗ്ഗത്തിൽപ്പെട്ട ഞാനുൾപ്പെടുന്ന ഈഡീസ് കൊതുകുകൾ വീടുകളിൽ നിന്നും പുറത്തിറങ്ങുന്ന മനുഷ്യരുടെ ചോര കുടിക്കുന്നതെന്ന് പറഞ്ഞുവല്ലോ ? ഞങ്ങൾ ക്യൂലക്സ് കൊതുകളെ പോലെ വീടിനകത്തു കയറി മനുഷ്യരെ ഉപദ്രവിക്കാറുമില്ല. അവരെ ഉറക്കത്തിൽ ശല്യപ്പെടുത്താറുമില്ല.

ഇന്ന് രാവിലെ തന്നെ വിശപ്പകറ്റാനുള്ള വഴി ഒത്തുവന്നു. അതെങ്ങനെയായിരുന്നെന്ന് നിങ്ങൾക്കറിയണ്ടെ? അതൊരു രസകരമായ സംഭവമാണ് കൂട്ടുകാരെ.

ഞാൻ പറയാം ...

നേരം വെളുത്തുതുടങ്ങിയപ്പോൾത്തനെ ചെറുകുളിരുമായി ഒഴുകിയെത്തിയ ഇളംതെന്നലിന്റെ കുളിരേറ്റാണ് ഞാൻ ഉറക്കമുണർന്നത്.

നാട്ടിലെ മുൻ പഞ്ചായത്ത് പ്രസിഡന്റ് കേശവൻ മാഷിന്റെ വീടാണ് എന്റെ പതിവ് വാസസ്ഥലം.

നാട്ടിലെ അറിയപ്പെടുന്ന സാമൂഹ്യ പ്രവർത്തനായ അദ്ദേഹം അടുത്തുള്ള സർക്കാർ സ്കൂളിലെ പ്രധാനാധ്യപകനായിരുന്നു. രണ്ട് ദിവസം മുൻപാണ്

വിരമിച്ചത് . പക്ഷെ വിശ്രമജീവിതത്തിലും മാഷ് , തന്റെ ദിനചര്യകളിൽ യാതൊരു മാറ്റങ്ങളും വരുത്തിയിട്ടില്ല. മഴയുണ്ടെങ്കിലും ഇല്ലെങ്കിലും കേശവൻ മാഷ് എല്ലാദിവസവും മുടങ്ങാതെ നടക്കുവാൻ പോകും. പിന്നെ യോഗ, വായന അങ്ങനെ നീളുന്നു മാഷിന്റെ പ്രതിദിന ജീവിത ശൈലി.

മാഷ് ചെയ്യുന്ന വ്യായാമങ്ങളും കസർത്തുമെല്ലാം പുലർച്ചയിലെന്നും ഞാൻ കാണാറുള്ളതുമാണ്.

കിഴക്ക് വെള്ള കീറിത്തുടങ്ങിയതും കേശവൻ മാഷ് പതിവു പോലെ നടക്കാനിറങ്ങി.. മാഷിന്റെകൂടെ ഒന്നു നാടുചുറ്റിക്കളയാമെന്ന് ഞാനും തീരുമാനിച്ചു . ഒത്തു വന്നാൽ മാഷിന്റെ ചോരയും കുടിക്കാമല്ലോ?

കേശവൻ മാഷ് നടന്നു തുടങ്ങിയതും ഗെയ്റ്റിന് മുകളിലൂടെ ദിനപത്രം അദ്ദേഹത്തിന്റെ മുന്നിൽ വന്ന് വീണതും ഒരുമിച്ചായിരുന്നു. കേശവൻ മാഷ് പത്രക്കാരൻ പയ്യനെ രൂക്ഷമായി നോക്കിക്കൊണ്ട് പത്രമെടുത്ത് നിവർത്തി . കൗതുകത്തോടെ ഞാനും മാഷിന്റെ കയ്യിലിരുന്ന പത്രത്തിലേക്ക് നോക്കി. എല്ലാം പതിവ് വാർത്തകൾതന്നെ സ്വർണ്ണം കടത്തിയ പെണ്ണും .. സ്വർണ്ണം സ്വപ്നം കാണുന്ന കുറെ ആളുകളും കൊടിയും സമരവും ജലപീരങ്കിയും , സ്ഥിരംവാർത്തകൾകണ്ട് മടുത്തിട്ടെന്നപോലെ .. കയ്യിലിരുന്ന പത്രം നാലാക്കി മടക്കി അകത്തേക്കെറിഞ്ഞുകൊണ്ട് , കേശവൻ മാഷ് ഗെയിറ്റുതുറന്ന് പുറത്തിറങ്ങി. തന്റെ പതിവ് നടത്തം തുടങ്ങി. പക്ഷെ റോഡിലേക്കിറങ്ങിയത് മുതൽ മാഷ് ചുറ്റുമെന്തോ പരതുന്നതുപോലെ എനിക്ക് തോന്നി തുടങ്ങി. അതിന്റെ കാര്യമെന്തെന്നറിയാൻ ഞാനും മാഷിന്റെ ചുറ്റുമൊന്ന് വട്ടമിട്ട് പറന്നു. മാഷ് എന്തിനേയോ പേടിക്കുന്നതുപോലെയാണ് എനിക്കുതോന്നിയത്. കയ്യിലിരിക്കുന്ന കാലൻകുട നീട്ടിപ്പിടിച്ച് ചുറ്റും സൂക്ഷ്മനിരീക്ഷണം നടത്തിക്കൊണ്ടാണ് മാഷ് മുന്നോട്ടുള്ള തന്റെ ഓരോചുവടും വെച്ചുകൊണ്ടിരുന്നത് . അദ്ദേഹത്തിന്റെ ചുറ്റും മൂളിക്കൊണ്ട് ഞാനും കൂടി .

കുറച്ച് ദൂരം പറന്നു കഴിഞ്ഞപ്പോൾ കൂടെയുണ്ടായിരുന്ന മാഷിനെ കാണാതായി.

ഞാൻ തിരിഞ്ഞു നോക്കി. അന്നേരം എനിക്കുപുറകിലായ് വിളറിയമുഖത്തോടെ, നടത്തത്തിന് ബ്രേക്ക് പിടിച്ചതുപോലെ നിൽക്കുന്ന മാഷിനെയാണ് ഞാൻ കണ്ടത്. അപ്പോഴും കയ്യിലിരുന്ന കാലൻ കുട മാഷ് നീട്ടിതന്നെ പിടിച്ചിരിക്കുകയായിരുന്നു. പതിനെട്ടടവുകളും പയറ്റിത്തെളിഞ്ഞൊരു അഭ്യാസിയെ പോലെ .

5

ഞാൻ മാഷിന്റെ അടുത്തേക്ക് തിരിച്ച് പറന്നു .ഞാനദ്ദേഹത്തിന്റെ
അടുക്കലെത്തിയപ്പോഴും മാഷ്, നീട്ടിപ്പിടിച്ച കാലൻ കുടയുമായി
അനങ്ങാപ്പാറപോലെ നേരെ നോക്കി നിൽക്കുകയായിരുന്നു . അതുകണ്ട്
ഞാനും മുന്നിലേക്ക് നോക്കി. അന്നേരമാണ് ഞാനും ... അത് കണ്ടത് ,
അങ്ങകലെ .. തിളങ്ങുന്ന കണ്ണുകളുമായി ഒരു കറുത്തരൂപം മാഷിനെത്തന്നെ

തുറിച്ചു നോക്കിക്കൊണ്ട് നിൽക്കുന്നു. ഞാനതിനെ ഒന്നുകൂടി സൂക്ഷിച്ച് നോക്കി അതെ ... അത് ... ശങ്കുവിന്റെ നായയാണ്. അവന്റെ കഴുത്തിലെ പൊട്ടിയ ചങ്ങല കണ്ടാലറിയാം അവൻ ചങ്ങലപൊട്ടിച്ച്, മതിലും ചാടി പോന്നതാണെന്ന് . നായയെ കണ്ടിട്ടാണ് മാഷിന്റെ കളരി അഭ്യാസമെന്നത് എനിക്കപ്പോഴാണ് മനസ്സിലായത്. നായ മുന്നോട്ട് വരുന്നതനുസരിച്ച് മാഷ് തന്റെ ചുവടുകൾ പിന്നോട്ട് വെച്ചുകൊണ്ടിരുന്നു. പെട്ടെന്ന് പുറകിൽനിന്നും ഒരു ബൈക്ക് വരുന്ന ശബ്ദം കേട്ട് ഞാനും മാഷും ഒരുമിച്ച് തിരിഞ്ഞുനോക്കി. അന്നേരവും ശങ്കുവിന്റെ നായ മാഷിനെത്തന്നെ തുറിച്ചു നൊക്കിക്കൊണ്ട് നിൽക്കുകയായിന്നു .

ബൈക്ക് അടുത്തെത്തിയപ്പോൾത്തന്നെ അതിലുണ്ടായിരുന്ന ആളാരാണെന്ന് എനിക്ക് മനസ്സിലായി. ചന്തയിൽ കോഴിക്കച്ചവടം നടത്തുന്ന മോഹനായിരുന്നു അത് . രാവിലെ തന്നെ കട തുറക്കുവാനുള്ള പോക്കാണെന്ന് ആയാളുടെവരവ് കണ്ടപ്പോൾത്തന്നെ എനിക്ക് മനസ്സിലായി. ഞാൻ മോഹന്റെ തലയ്ക്കു മുകളിലൂടെ ഒന്നു വട്ടമിട്ട് ചുറ്റി. വഴിയിൽ അങ്കച്ചുവടുമായ് നിൽക്കുന്ന മാഷിനെ കണ്ടതും , മോഹൻ ബൈക്ക് നിർത്തി .

"എന്താ മാഷേ വെളുപ്പാൻ കാലത്ത് വഴിയിൽ നിന്നൊരു കളരിപ്പയറ്റ്?"

" ഒന്നും പറയണ്ട മോഹനാ നീ കാണുന്നില്ലെ ? വഴിയിൽ നിൽക്കുന്ന ആ കറുത്ത ശുനകനെ .. ശങ്കുവിന്റെ വളർത്തു നായയാണത്. എന്താണെന്നറിയില്ല ആ ജന്തുവിന് എന്നെ കണ്ണെടുത്താൽകണ്ടൂട. ഇതിന്റെ ശല്യം സഹിക്കാനാവാതെ ഞാൻ ശങ്കുവിനെ വിളിച്ച് പരാതി പറഞ്ഞതാണ്. ഇനി മുതൽ നായയെ കെട്ടിയിട്ടോളാമെന്ന് അവനെനിക്ക് ഉറപ്പ് തന്നതുമാണ്. എന്നിട്ടുമവൻ വീണ്ടും ... നായയെ അഴിച്ചു വിട്ടിരിക്കുന്നത് കണ്ടില്ലേ.? ഇതിന് ഞാൻ നാളെ തന്നെ, ഒരു തീരുമാനമുണ്ടാക്കുന്നുണ്ട്. "

മാഷിന്റെ വാക്കുകൾകേട്ട് മോഹൻ ചിരിച്ചു ഒപ്പം ഞാനും .

" അതാണോ കാര്യം ? അതിന് മാഷ് ശങ്കുവിനെ കുറ്റം പറഞ്ഞിട്ട് വല്ല കാര്യവുമുണ്ടോ .? ആ നായയുടെ കഴുത്തിലെ പൊട്ടിയ ചങ്ങല കണ്ടാലറിയില്ലെ ... അത് ചങ്ങല പൊട്ടിച്ച് ഓടിപ്പോന്നതാണെന്ന് . മാഷ് വണ്ടിയിലേക്ക് കയറിയാട്ടെ.. ഞാൻ കവലയിലിറക്കാം. "

മോഹന്റെ വാക്കുകൾ കേൾക്കണ്ട താമസം മാഷ് അയാളുടെ വണ്ടിയിൽ ചാടിക്കയറി .

മാഷിന്റെ സന്തോഷം കണ്ടപ്പോൾ എനിക്കും സന്തോഷമായി. മോഹൻ വണ്ടി മുന്നോട്ട് എടുത്തതും ഞാൻ മാഷിന്റെ മുതുകത്ത് സ്ഥലം പിടിച്ചു. പക്ഷേ ...

മുന്നിൽ നിന്നിരുന്ന ശങ്കുവിന്റെ നായ അപ്പോഴും മാർഗ്ഗതടസമുണ്ടാക്കിക്കൊണ്ട് വഴിയിൽ തന്നെ നിൽക്കുകയായിരുന്നു.

"എടാ ...മോഹനാ ....നിനക്ക് പേടിയുണ്ടോടാ..? ആ നായ റേഡിന്റെ നടുക്കുനിന്നും മാറുന്നില്ലല്ലോ ?"

മോഹൻ വിറച്ച് വിറച്ചാണ് വണ്ടി ഓടിക്കുന്നതെന്ന് വണ്ടിയുടെ ചലനം കണ്ടപ്പോൾത്തന്നെ.. എനിക്ക് മനസ്സിലായി.

ഞാൻ മാഷിന്റെ പുറത്തു നിന്നും മൂളി പറന്നുകൊണ്ട് മുന്നോട്ടു നീങ്ങി. അന്നേരമാണ് ഞാൻ കണ്ടത് ..... ശങ്കുവിന്റെ നായ കുരച്ചു കൊണ്ട് ബൈക്കിന് നേരെ പാഞ്ഞ് വരുകയാണ്. അതു കണ്ടതും തന്റെ കാലൻ കുട നീട്ടിപ്പിടിച്ച് കേശവൻ മാഷ് ഗർജ്ജിക്കുവാൻതുടങ്ങി..

"പോ അസത്തേ .. മാറിപ്പോ ഇവിടന്ന് ... "

മാഷിന്റെ വാക്കുകൾക്ക് വിപരീതമറുപടിയെന്ന പോലെ ശങ്കുവിന്റെ നായ പൂർവ്വാധികം ശക്തിയിൽ വീണ്ടും വീണ്ടും കുരച്ചു കൊണ്ടിരുന്നു. അതുകണ്ടതും മോഹൻ തന്റെ ബെക്ക് നിർത്തി മാഷിനോട് ചോദിച്ചു.

" ഈ നായയ്ക്ക് മാഷിനോടിത്രവിരോധമെന്താണ് മാഷേ.?"

കാരണമെന്തെണെന്ന് അറിയുവാനുള്ള ആഗ്രഹം കൊണ്ട് ഞാനും അവരുടെ അടുത്തക്ക് പറന്നുചെന്നു.

മുന്നിൽ നിൽക്കുന്ന നായയുടെ നേരെ തന്റെ കുട നീട്ടിപ്പിടിച്ചു കൊണ്ട് മാഷ് പറഞ്ഞു തുടങ്ങി.

"പണ്ട് .. ഈ നായ ചെറുതായിരുന്നസമയം . ഞാൻ എന്റെ നടത്തം കഴിഞ്ഞു വരുന്നവഴി .. ശങ്കുവിന്റെ മതിൽക്കെട്ടിനുള്ളിൽ ഗെയ്റ്റിന് മുന്നിലായി ഇവൻ കിടന്നുറങ്ങുന്നുണ്ടായിരുന്നു. അന്നൊരു രസത്തിന് കല്ലെടുത്തെറിഞ്ഞതാ ...അതിൽപ്പിന്നെ എന്നെ കാണുമ്പോഴെല്ലാം ഈ ജന്തുവിന് ചെകുത്താനെ കാണുന്നത് പോലെയാണ്. "

മാഷ് സ്വയം ചെകുത്താനെന്ന് വിളിച്ചതുകേട്ട് എനിക്ക് ചിരിവന്നു. എങ്കിലും ഞാൻ വീണ്ടും പറന്ന് അവരുടെ മുന്നിൽ ചെന്നു. അവിടെ ശങ്കുവിന്റെ നായ ഞങ്ങളുടെ വഴിമുടക്കിക്കൊണ്ട് വഴിയിൽത്തന്നെ നിൽക്കുന്നതാണ് ഞാൻ കണ്ടത്.

" ഇന്ന് .. രണ്ടിലൊന്നറിയണം "

എന്ന പോലെ .

രണ്ടും കൽപിച്ച് കേശവൻ മാഷ് മോഹന്റെ ബൈക്കിൽനിന്നും ചാടിയിറങ്ങി. തന്റെ മുന്നിൽ കുരച്ചുകൊണ്ട് നിൽക്കുന്ന കറുത്ത ശുനകന്റെ നേരെ കുട വീശിക്കൊണ്ട് അലറി ..

"പോടാ നായേ.. നിന്റെ തന്തയും നായ... തള്ളയും നായ... പോടാ നായേ ..."

മാഷിന്റെ വാക്കുകൾ കേട്ട് ചിരിയടക്കാനാവാതെ ഉറക്കേമൂളിക്കൊണ്ട് ഞാനവിടെയാകെ ചിറകുകൾ വിടർത്തിപ്പറന്നു. പിറ്റെന്നാണ് നിനച്ചിരിക്കാതെ അതുസംഭവിച്ചത് ...! മാഷ് തന്റെ കയ്യിലിരുന്ന കുട നായക്ക് നേരെ എറിഞ്ഞുകൊണ്ട് പിൻതിരിഞ്ഞോടി. അതുകണ്ടതും മോഹൻ തന്റെ ബൈക്ക് അതിവേഗത്തിൽ മുന്നോട്ടോടിച്ചുപോയി. മാഷിന്റെ ഓട്ടം കണ്ട് ഞാനും മാഷിന്റെ പുറകേ പറന്നു.പക്ഷെ, ശങ്കുവിന്റെ നായ.... അപ്പോഴേക്കും .... മാഷിനെ ലക്ഷ്യമാക്കി കുതിച്ചുചാടി കഴിഞ്ഞിരുന്നു. പിന്നെ ഞാൻ കണ്ടത് , താഴെ വീണുകിടക്കുന്ന മാഷിനെയാണ്. മാഷിന്റെ വെള്ള മുണ്ടിൽ രക്തം പടർന്ന് പിടിച്ചിരിക്കുന്നു. ഈ സമയം ശങ്കുവിന്റെ നായയെ ഞാനവിടെ കണ്ടതില്ല.

ഞാൻ ശങ്കുവിന്റെ നായയെ തിരക്കി ചുറ്റുമൊന്ന് മൂളിപ്പറന്നു .

അപ്പോൾ ഞാൻ കണ്ടു.. വർഷങ്ങളായി മനസ്സിൽ കൊണ്ടു നടന്ന പ്രതികാരം പൂർത്തിയാക്കിയ സന്തോഷത്തോടെ .. തന്റെ കുറുത്ത രോമാവൃതമായ വാലുമാട്ടിക്കൊണ്ട് ഓടിപ്പോകുന്ന ശങ്കുവിന്റെ നായയെ ... പ്രതികാരമെന്നത് മനുഷ്യർക്ക് മാത്രം തോന്നുന്നകാര്യമല്ലെന്ന് ഇന്നത്തെ സംഭവത്തിലെ, മാഷിന്റെ അനുഭവം കണ്ടതിൽ നിന്നും, എനിക്ക് മനസ്സിലായി..

നായയുടെ കടിയേറ്റ മാഷിന്റെ ചുറ്റും കുറേ പേർ കൂടിയിട്ടുണ്ട്.

അവിടെച്ചെന്ന് ആരുടെയെങ്കിലും ചോരകുടിച്ച് വിശപ്പടക്കാൻ പറ്റുമോ ..? എന്ന ചിന്തയോടെ അവിടേക്ക് ചെന്ന എനിക്ക് നിരാശപ്പെടേണ്ടി വന്നില്ല.എനിക്ക് വിശപ്പടക്കാവശ്യമായ ചോര എനിക്കവിടുന്ന് തന്നെ കിട്ടി. ഒപ്പം കൂട്ടിന് മറ്റൊരു കൂട്ടുകാരിയെയും . അവളാരാണെന്ന് നിങ്ങൾക്കറിയേണ്ടേ ?. അവളും എന്നെപ്പോലെ തന്നെ കൊതുകാണ്. പക്ഷെ .. "മാൻസോണി" എന്ന വർഗ്ഗത്തിൽപ്പെട്ടവളാണെന്നു മാത്രം. കൊതുകുവർഗ്ഗത്തിലെ ഏറ്റവും വലിപ്പമുളളവരാണ് "മാൻസോണി" വർഗ്ഗത്തിലുള്ള കൊതുകുകൾ.അവളെ കുറിച്ചുള്ള കാര്യങ്ങൾ അവൾതന്നെ നിങ്ങളോട് പറയും. ഞാൻ കണ്ടതു പോലുള്ള കാഴ്ചകൾ പലതും അവളും കണ്ടിട്ടുണ്ടാകും.

ഞാൻ ആരാണെന്നും ,ഏതു വർഗ്ഗമാണെന്നും, ഞങ്ങൾ എവിടെയാണ് വസിക്കുന്നതെന്നും, ഞാനിന്ന് കണ്ട കാഴ്ചകൾ എന്തെല്ലാമാണെന്നും, കൂട്ടുകാർക്ക് മനസ്സിലായി കാണുമല്ലോ?

ഇനി നമുക്ക് "മാൻസോണി" കൊതുകിന്റെ വിശേഷങ്ങൾ എന്താണെന്നറിയാം .... ദേ ... മാൻസോണി അവളേക്കുറിച്ച് പറയുവാൻ തയ്യാറായി നിൽപ്പുണ്ട് ഞാൻ ...ഇനി കൂടുതൽ പറഞ്ഞ് സമയം കളയുന്നില്ല. ഇനിയുള്ള വിശേഷങ്ങൾ അവൾ തന്നെ പറയും.

6

കൂട്ടുകാരെ,ഇത് ഞാനാണ് എന്റെ പ്രിയപ്പെട്ട കൂട്ടുകാരി ഈഡിസ് കൊതുക് നിങ്ങൾക്ക് മുന്നിൽ പരിചയപ്പെടുത്തിയ "മാൻസോണി കൊതുക്" ഇനിയും നിങ്ങൾക്കെന്നെ മനസ്സിലായില്ലെ ..?നിങ്ങൾ ഫൈലേറിയാസിസ് എന്നു കേട്ടിട്ടുണ്ടോ ? അതായത്

"മന്ത് രോഗം " .

അത് മനുഷ്യരിൽ പരത്തുന്ന കൊതുക് വർഗ്ഗമാണ് ഞങ്ങൾ . "മാൻസോണികൾ ". കൊതുക് വർഗ്ഗത്തിൽത്തന്നെ വലുപ്പത്തിൽ ഒന്നാമതാണ് ഞങ്ങൾ .. ആനക്കൊതുകെന്നും, രാക്ഷസ കൊതുകെന്നുമൊക്കെയാണ് നിങ്ങൾ പലപ്പോഴും ഞങ്ങളെ വിളിക്കാറുള്ളത്. കേരളം ഞങ്ങൾക്കെന്നും പ്രിയപ്പെട്ട നാടാണ്. അതുകൊണ്ടു തന്നെ എല്ലായിടത്തും നിങ്ങൾക്ക് ഞങ്ങളെ കാണുവാൻ കഴിയും. കെട്ടിക്കിടക്കുന്ന ജലസ്രോതസ്സുകളാണ് ഞങ്ങൾക്കേറ്റവും ഇഷ്ടപ്പെട്ട വാസസ്ഥലങ്ങൾ . ഉദാഹരണത്തിന് .. കയറ് നിർമ്മാണത്തിനു വേണ്ടിയുള്ള തൊണ്ടുകൾ ചീയാനിടുന്ന കുളങ്ങൾ പോലുള്ളവ. അങ്ങനെയുള്ള സ്ഥലങ്ങളിലാണ് ഞങ്ങൾ സമൃദ്ധമായി മുട്ടയിട്ട് പെരുകുന്നത് ഞങ്ങൾ ക്യൂലക്സ് കൊതുകുകളെ പോലെ തന്നെ രാത്രി സഞ്ചാരികളാണെങ്കിലും സന്ധ്യാസമയങ്ങളിലാണ് പൊതുവെ പുറത്തിറങ്ങാറുള്ളത്.ചോര കുടിക്കുവാൻ ഇഷ്ടപ്പെടുന്നതും ഈഡിസും , ക്യൂലക്സും അവരറിഞ്ഞ സത്യങ്ങളും കാഴ്ചകളും കൂട്ടുകാരോട് പറഞ്ഞുകാണുമല്ലൊ.. അല്ലേ.?

അതുപോലെത്തന്നെ ഞാനും , മനുഷ്യർക്കിടയിൽ സംഭവിക്കുന്ന, നടക്കുന്ന പല യാഥാർത്ഥ്യങ്ങൾക്കും , മറക്കാനാവാത്ത കാഴ്ചകൾക്കും ദൃക്സാക്ഷിയാകാറുണ്ട്. അതിലൊന്നാണ് ..കഴിഞ്ഞ രാത്രിയിൽ ഞാൻ കാണുവാനിടയായ കാഴ്ച .

അതിപ്പോഴുമെന്റെ മനസ്സിൽ നിന്നും മായ്ഞ്ഞിട്ടില്ല. ഞാനിന്നെലെ നേരിൽകണ്ട വേദനാജനകമായ ആ കാഴ്ച അതെന്താണെന്ന് നിങ്ങൾക്കുമറിയണ്ടെ ? അതൊരു കഥ പോലെ ഞാൻ നിങ്ങളോട് പറയാം..

ഇന്നലെ ഞാൻ വിശപ്പും ദാഹവും മാറ്റാൻ പോയത് നഗരത്തിലെ അറിയപ്പെടുന്നൊരു സർക്കാർ ആശുപത്രിയിലേക്കാണ്. നാളിതുവരെയായി എനിക്ക് വലിയ നിയന്ത്രണങ്ങളൊന്നുമില്ലാത്ത സ്ഥലമാണത് , എവിടെ വേണമെങ്കിലും പറന്നുചെല്ലാം . ആരുടെ ചോര വേണമെങ്കിലും യഥേഷ്ടം കുടിക്കാം ...ഒപ്പം മന്ത് രോഗത്തിന്റെ വിത്തുകൾ മനുഷ്യർക്ക് നൽകുകയും ചെയ്യാം.

പതിവ് കാഴ്ചപോലെ നിലവിളി ശബ്ദവുമായി ചീറിപ്പാഞ്ഞ് വരുന്ന ആംബുലൻസ് കണ്ടതും അതിന്റെ ശബ്ദ താളത്തിനൊത്ത് മൂളിക്കൊണ്ട് ഞാനും ആശുപത്രിയിലേക്ക് പറന്ന് ചെന്നു . ആംബുലൻസ് നിന്നതും അതിൽ നിന്നും ഒരു കുഞ്ഞിനെയും വാരിയെടുത്തു കൊണ്ട് രണ്ടു പേർ അകത്തേക്ക് ഓടുന്നതാന് ഞാൻ കണ്ടത്. അവരുടെ പുറകെ നിലവിളിച്ചുകൊണ്ടോടുന്ന സ്ത്രീകളെ കണ്ടപ്പോൾത്തന്നെ അതിലൊന്ന് ആ കുഞ്ഞിന്റെ അമ്മയാണന്നും, കുഞ്ഞിന് എന്തോ ആപത്ത് പിണഞ്ഞതാണെന്നും എനിക്ക് ബോധ്യമായി. ഞാനും കുഞ്ഞിന്റെ അമ്മയെ പിൻതുടർന്നുകൊണ്ട് അകത്തേക്ക് കയറി. അകത്ത് , കുറച്ചാളുകൾ കൂട്ടം കൂടി നിൽപ്പുണ്ട്,ഒപ്പം കുഞ്ഞിന്റെ ഒപ്പം വന്നവരും . അവർ നിൽക്കുന്ന മുറിയുടെ മുന്നിൽ എഴുതിയിരിക്കുന്ന

അക്ഷരങ്ങൾ ഞാൻ വായിച്ചു I.C.U. കുഞ്ഞ് അതിനകത്താണെന്ന് പുറത്ത് നിൽക്കുന്നവരുടെ മുഖഭാവത്തിൽ നിന്നും എനിക്ക് മനസ്സിലായി.

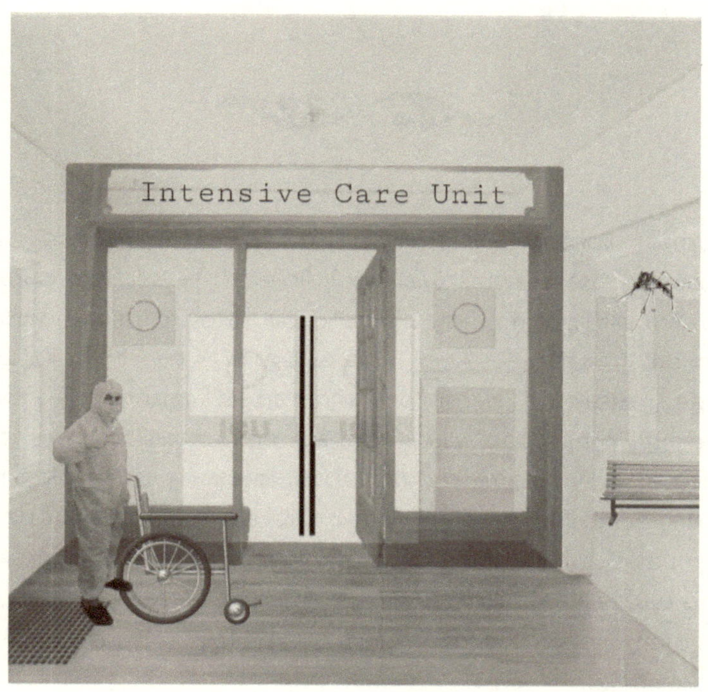

"കുഞ്ഞിനെന്താണ് സംഭവിച്ചത്?"

അതറിയുവാനുള്ള ആകാംക്ഷയോടെ I.C.U വിന് ഉള്ളിൽ കയറുവാനുള്ള മാർഗ്ഗം തേടി ഞാനൊന്ന് ഉയർന്നു പറന്നു. അപ്പോഴാണ് മുറിയുടെ വാതിലിന് മുകളിലെ ചില്ല് പൊട്ടിയതിന്റെ ഒരു ചെറിയ ദ്വാരം എന്റെ കണ്ണിൽ പതിഞ്ഞത് ഞാൻ അതിവേഗതിൽ അതിലൂടെ അകത്ത് കയറിപ്പറ്റി. ചുറ്റും കണ്ണോടിച്ചു. അവിടെ മതലിനരികിലായുള്ള കട്ടിലിൽ നേരത്തേ കൊണ്ടുവന്ന കുഞ്ഞിനെ കിടത്തിയിരിക്കുന്നത് ഞാൻ കണ്ടു. അല്പം മാറി നിന്നുകൊണ്ട് ഡോക്ടർമാരും നേഴ്സുമാരും തമ്മിൽ എന്തൊക്കയോ സംസാരിക്കുന്നുണ്ടായിരുന്നു അവർ പറയുന്നത് എന്താണെന്നറിയുവാൻ ഞാൻ അവരുടെ സമീപത്തേക്ക് പറന്നുചെന്നു.

" ഡോക്ടർ ... കുഞ്ഞിനെ ഇവിടെ എത്തിക്കുമ്പോൾ തന്നെ എല്ലാം കഴിഞ്ഞിരുന്നു. മുലപ്പാൽ കുടിച്ചത് നെറുകയിൽ കയറിയതാണ്. "

7

മുഖാവരണം മാറ്റാതെ നിൽക്കുന്ന നേഴ്സ് ഡോക്ടറോട് പറഞ്ഞ വാക്കുകൾകേട്ട് ഞാൻ കട്ടിലിൽ കിടത്തിയിരിക്കുന്ന കുഞ്ഞിന്റെ അടുത്തേക്ക് പറന്നുചെന്ന് കയ്യിലിരുന്നു. ആ കുഞ്ഞ് ശരിരത്തിൽ നിന്നും പുറത്തുവരുന്ന മരണത്തിന്റെ തണുപ്പ് എന്റെ കാലുകളാൽ ഞാൻ തിരിച്ചറിഞ്ഞു. കണ്ണുകളടച്ചുകിടക്കുന്ന കുഞ്ഞിന്റെ മുഖത്തേക്ക് ഞാനൊന്ന് നോക്കി,നല്ല ഓമനത്തമുള്ള മുഖം. കാത് കുത്തിയിരിക്കുന്നത് കണ്ടതിൽനിന്നും അതൊരു പെൺകുഞ്ഞാണെന്ന്,എനിക്ക് മനസ്സിലായി. അന്നേരം തന്നെ മറ്റൊന്നു കൂടി ഞാൻകണ്ടു.കുഞ്ഞിന്റെ മൂക്കിന്റെ തുമ്പത്തായി ഒരു ചെറുകുമിള പോലെ വന്നു നിൽക്കുന്ന അവൾ അവസാനമായി നുകർന്ന മാതൃത്വത്തിന്റെ ചെറുകണിക .

"അല്പം ചോരകുടിച്ച് വിശപ്പകറ്റാനാണ് ഇങ്ങോട്ട് വന്നത് പക്ഷേ ചേതനയറ്റ ഈ കുരുന്നു മുഖം കണ്ട് ഇനിയും ഇവിടെ നിൽക്കുവാൻ മനസ്സ് അനുവദിക്കുന്നില്ല. "

ഞാൻ സ്വയം പറഞ്ഞുകൊണ്ട് അവിടെ നിന്നും പുറത്തേക്ക് പറന്നു . പുറത്ത് നിരത്തിയിട്ടിരിക്കുന്ന കസേരകളിലൊന്നിൽ ജീവശ്ശവംപോലെ മതിലും ചാരിയിരുന്ന് കരയുന്ന കുഞ്ഞിന്റെ അമ്മയെ ഞാൻ കണ്ടു. ഒപ്പം.അവരുടെ അരികത്തുള്ളവർ കുഞ്ഞിന് സംഭവിച്ച വിപത്തിന് ഉത്തരവാദി ആ പാവം സ്ത്രീയാണെന്ന് പറയുന്നതും കേട്ടു.

"ഒരപകടം നടന്നാൽ അതിന്റെ ഉത്തരവാദിയെ തിരഞ്ഞു കണ്ടുപിടിച്ച് പഴിചാരുന്ന സ്ഥലകാല ബോധമില്ലാത്ത മനുഷ്യന്മാർ ".

കുറ്റംപറയുന്നവരെ കണ്ടപ്പോൾ അന്നേരമെനിക്ക് മനസ്സിൽ തോന്നിയത് അതായിരുന്നു . സ്വന്തം കുഞ്ഞുങ്ങളെക്കുറിച്ച് ഒരു പാട് സ്വപ്നങ്ങൾകണ്ട മാതാപിതാക്കൾക്ക് അവർ നഷ്ടപ്പെടുമ്പോൾ ഉണ്ടാകുന്ന വേദന.അത് എന്താണെന്നും എത്ര വലുതാണെന്നും ഇന്നലത്തെ സംഭവത്തിൽ നിന്നും എനിക്ക് മനസ്സിലായി.

ഞാൻ ആശുപത്രിയിൽനിന്നും പുറത്തേക്ക് പറന്നു . അന്നേരം മുതൽ മനസ്സിൽ മായാതെ തെളിഞ്ഞു നിന്നിരുന്നത് അകത്ത് ചേതനയറ്റ് കിടക്കുന്ന

കുഞ്ഞിന്റെ നിഷ്ക്കളങ്കമായ മുഖം മാത്രമായിരുന്നു. ഞാൻ പുറത്തെത്തിയ നേരംതന്നെ , ആശുപത്രിയുടെ അകത്തു നിന്നും ഹൃദയം തകർന്ന് കരയുന്ന ഒരമ്മയുടെ നിലവിളി ശബ്ദം എന്റെ കർണ്ണ പടങ്ങളെ തേടിയെത്തി..

"അല്പം ചോരകുടിക്കുവാനുള്ള മാർഗ്ഗം തേടിയാണ് ഇന്നലെ ആശുപത്രിയിൽ ചെന്നത്.. പക്ഷേ അതിനെനിക്ക് കഴിഞ്ഞില്ല ഇന്നലത്തെ കാഴ്ചയിൽ എന്റെ മനസ്സും ശരീരവും ആകെ മരവിച്ച് പോയിരുന്നു. "

അവിടെ നിന്നും വരുന്ന വഴിയാണ് വഴിയിലെ ആൾക്കൂട്ടത്തിൽ വെച്ച് ഞാൻ ഈഡിസിനേയും, അനോഫിലസിനേയും പരിചയപ്പെട്ടത്. ഒരേ വർഗ്ഗമായതു കൊണ്ടുതന്നെ ഞങ്ങൾ പെട്ടെന്ന് കൂട്ടുകാരികളായി. അവിടെ നിന്ന് പിന്നെ ഒരുമിച്ചാണ് ഇവിടേയ്ക്ക് വന്നത്

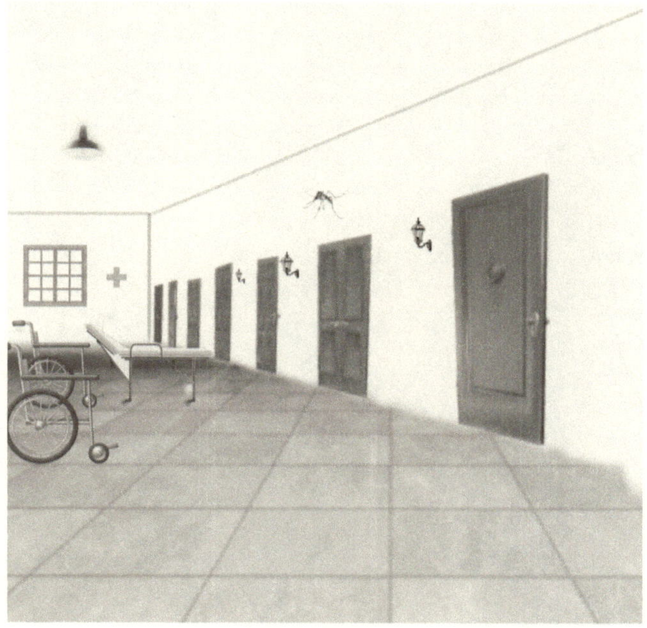

"അയ്യോ...ഈഡിസെ, ഞാൻ കഥ പറയുന്നതിനു മുൻപ് തന്നെ നമ്മൾ അനോഫിലസിനെയും കൂട്ടുകാർക്ക് പരിചയപ്പെടുത്തേണ്ടതായിരുന്നു ട്ടോ .."

"മാൻസോണി നീ പറഞ്ഞത് ശരിയാ അനോഫിലസിനെപ്പറ്റി പറയാതെ എങ്ങനെയാ നമ്മളുടെ വർഗ്ഗത്തിന്റെ ചരിത്രവും, വിശേഷണങ്ങളും , പ്രത്യേകതകളും പൂർണ്ണമാകുന്നത്.?"

"ഈഡിസെ ... എങ്കിൽപ്പിന്നെ അനോഫിലസ് തന്നെ അവളെപ്പറ്റി പറയട്ടെ "

"അതെ .. മാൻസോണി. അതാണ് ശരി. അവൾക്കും കാണുമല്ലോ പറയുവാനേറെ സത്യങ്ങളും കാഴ്ചകളും "

"എങ്കിൽ ശരി കൂട്ടുകാരെ ഒരു മാൻസോണി കൊതുകായ എന്റെ മനസ്സിനെ സ്പർശിച്ച സംഭവം നിങ്ങളോട് പറഞ്ഞു കഴിഞ്ഞപ്പോൾത്തന്നെ എനിക്കും എന്തെന്നില്ലാത്ത ആശ്വാസം തോന്നുന്നു...

ഇനി നമുക്ക് അനോഫിലസ് കൊതുകിന്റെ വിശേഷങ്ങളിറാം അതിനു മുൻപ്

ഇന്നലെ രാത്രിയിൽ വിടരും മുൻപെ കൊഴിഞ്ഞുപോയ ആ കുഞ്ഞു പൂവിനായി നമുക്കൊന്ന് മനസ്സുകൊണ്ട് പ്രാർത്ഥിക്കാം. .

8

കൂട്ടുകാരെ ഞാനാണ് "അനോഫിലസ് " അതായത് നിങ്ങളുടെ ഭാഷയിൽ പറഞ്ഞാൽ, മലമ്പനി പരത്തുന്ന കൊതുകുകൾ . പക്ഷെ, ഞാനും എനിക്കൊപ്പമുള്ള കൂട്ടുകാരികളും ഗ്രാമപ്രദേശങ്ങളിൽ മാത്രമാണ് മലമ്പനിയുമായി സഞ്ചരിക്കാറുള്ളു. എന്നതാണ് ശരിയായ യാഥാർത്ഥ്യം. എന്റെ വർഗ്ഗത്തിൽത്തന്നെയുള്ള മറ്റൊരു വിഭാഗമായ "അനോഫിലസ് സ്റ്റിഫെൻസ്റ്റി " എന്ന കൊതുകുകളാണ് സാധാരണയായി നഗരത്തിലെ ജനവാസ മേഖലകളിൽ മലമ്പനി പരത്തുന്നത്. എങ്കിലും പൊതുവേ ഞങ്ങൾ രണ്ട് വിഭാഗവും അറിയപ്പെടുന്നത് "അനോഫിലസ് " എന്നുതന്നെയാണ് ഞങ്ങൾക്ക്

മുട്ടയിടുവാനും , വളരുവാനും , പെരുകുവാനും ശുദ്ധജലം വേണമെന്നോ മലിനജലം വേണമെന്നോ യാതൊരു നിർബന്ധവുമില്ല. അനുയോജ്യമായ സ്ഥലങ്ങൾ ഒത്തുവന്നാൽ വീടുകൾക്കുള്ളിലായാലും, പുറത്തായാലും ഞങ്ങളവിടെ പ്രജനനം തുടങ്ങും. അതുപോലെ തന്നെ എന്റെ മറ്റ് കൂട്ടുകാരികൾക്കുള്ളതുപോലെ സ്ഥലപരിമിതിയൊന്നും ഞങ്ങളുടെ വർഗ്ഗത്തിന് പ്രശ്നമല്ല. സാധാരണയായി രാത്രികാലങ്ങളിൽ വീടിനകത്തും പുറത്തും പറന്നുനടന്ന് രക്തംകുടിക്കുവാൻ ഇഷ്ടപ്പെടുന്നവരാണ് ഞങ്ങൾ . എനിക്ക് മുൻപ് നിങ്ങളോട് അനുഭവങ്ങൾ പങ്കുവെച്ച എന്റെ കൂട്ടുകാരികൾ പറഞ്ഞ സത്യമായതും , രസകരമായതും, വേദനാജനകമായതുമായ ഒട്ടേറെ കാഴ്ചകൾക്ക് ഞാനും ദൃക്സാക്ഷിയായിട്ടുണ്ട് . അതെല്ലാം നേരായ കാര്യവുമാണ്. പക്ഷെ ... ഞാൻ നിങ്ങളോട് പറയാൻ പോകുന്നത് ഞങ്ങൾ കൊതുക് വർഗ്ഗത്തിന് നേരിട്ട് അറിയാവുന്നതും അനുഭവിച്ചറിഞ്ഞതുമായ മറ്റൊരു സത്യമാണ്.

അതെന്താണെന്നേല്ലേ ... നിങ്ങളിപ്പോൾ ആലോചിക്കുന്നത്.? പറയാം ...

ഇന്ന് കവലയിൽവെച്ച് ഞാനൊരു ജാഗ്രതാ നിർദേശം കേൾക്കാനിടയായി..

"ചില പ്രദേശങ്ങളിൽ ഡെങ്കിപ്പനിയും, ചിക്കൻഗുനിയയും പടർന്നു പിടിക്കുന്നതായി ആരോഗ്യ വകുപ്പിന്റെ അറിയിപ്പുണ്ട് , അതിനാൽ കൊതുകുകൾക്ക് മുട്ടയിട്ട് പെരുകാനുള്ള എല്ലാ സാധ്യതകളും ഇല്ലാതാക്കണം , വിടും പരിസരവും വൃത്തിയായി സൂക്ഷിക്കണം , ജലസംഭരണികൾ അടച്ച് സൂക്ഷിക്കണം.., വിട്ടുമാറാത്ത പനിയോ മറ്റ് രോഗലക്ഷണങ്ങളോ ഉണ്ടെങ്കിൽ എത്രയും വേഗം ആരോഗ്യകേന്ദ്രങ്ങളിൽ ചികിത്സ തേടണം. "

ഈ മുന്നറിയിപ്പിൽ എന്താണ് പ്രത്യേകത എന്നാവും നിങ്ങൾ ചിന്തിക്കുന്നത് .. അല്ലെ ?

വളരേയധികം പ്രത്യേകത ഇതിനുണ്ട് കാരണം കൊതുകുകളെല്ലാം രോഗവാഹികളാണെന്ന് അടച്ചാക്ഷേപിക്കുമ്പോഴും ഞങ്ങളുടെ കൂട്ടത്തിലും രോഗം പരത്താത്തവരുണ്ടെന്നുള്ളകാര്യം ഇവിടെ പലരും പലപ്പോഴും വിസ്മരിക്കുന്നു.

കൊതുക് വർഗ്ഗത്തിലെ "ആർമിജിറസ് " എന്ന ചാര നിറത്തിലുള്ള കൊതുകുകളെ നിങ്ങൾ പലപ്പോഴും കണ്ടിട്ടുണ്ടാകും. നിങ്ങളവളെ ഓർക്കുന്നില്ലെങ്കിലും അവൾക്ക് നിങ്ങളെല്ലാവരും സുപരിചിതരാണ് .. ഞങ്ങളുടെ കൂട്ടത്തിൽ രോഗങ്ങൾ പരത്താൻ മടിയുള്ള മര്യാദക്കാരായ കൊതുക് വർഗ്ഗമാണ് "ആർമിജിറസ് " . അതുകൊണ്ട് തന്നെ ഇക്കൂട്ടരെ ആരും ശ്രദ്ധിക്കാറില്ല. പക്ഷെ, നാട്ടിൽ പരക്കെയുള്ള സംസാരം എല്ലാ രോഗങ്ങളും പരത്തുന്നത് കൊതുകളാണെന്നാണ് അതേസമയം നിങ്ങളോട് സംസാരിച്ച

എന്റെ മറ്റ് കൂട്ടുകാരികൾ മോശക്കാരല്ലേട്ടോ ..

നിങ്ങളോട് അനുഭവങ്ങൾ പങ്കുവെച്ച ക്യുലക്സ് , അവൾ മന്ത് രോഗവും ജപ്പാൻ ജ്വരവും മർഷ്യർക്കിടയിൽ പരത്തുന്നതിൽ മിടുക്കിയാണ് , അതുപോലെ ഇപ്പോൾ നാട്ടിലെ താരമായി മാറിയിരിക്കുന്ന ഈഡീസ് കൊതുക് . അവളാണ് മനുഷ്യരിൽ ഡെങ്കിപ്പനിയുടേയും , സിക്കയുടേയും വിത്തുകൾ പാകിയത്. പിന്നെ മാൻസോണി മന്തുരോഗം മനുഷ്യർക്ക് നൽകുന്ന വിതരണക്കാരിൽ ഒരാളാണ് അവളും. എന്റെ കൈവശം നിങ്ങൾക്ക് നൽകുവാനുള്ളത് മലമ്പനിയാണ് അത് ഞാൻ എന്നെക്കൊണ്ട് കഴിയുന്നതു പോലെ എല്ലാവർക്കും നൽകുന്നുമുണ്ട്. പക്ഷെ ഞങ്ങളുടെ ഇടയിൽ ഈഡിസ് കൊതുകൾക്കാണ് അംഗസംഖ്യകൂടുതലുള്ളത്, അതുകൊണ്ട് തന്നെയാണ് അവർക്ക് അവരുടെ കൈവശമുള്ള രോഗങ്ങൾ വളരെ പെട്ടെന്നു തന്നെ മനുഷ്യരിൽ വ്യാപിപ്പിക്കുവാൻ കഴിയുന്നതും.

ഒരർത്ഥത്തിൽ ലോകത്തിൽ ഏറ്റവും കൂടുതൽ മനുഷ്യരെ കടിച്ചു കൊല്ലുന്നവർ , കൊതുകുകളായിരിക്കും ... എന്ന കാര്യത്തിൽ ഞങ്ങൾക്ക് യാതൊരു സംശയമില്ല. പാമ്പ്, നായ, അതുപോലുള്ള മറ്റു ജീവികളുടെ കടിയേറ്റോ അതിന്റെ പരിണിതഫലം കൊണ്ടോ മരിക്കുന്ന മനുഷ്യരുടെ കണക്കുകളും , ഞങ്ങൾ പരത്തുന്ന പകർച്ചവ്യാധികളിലൂടെ മരിക്കുന്ന മനുഷ്യരുടെ കണക്കുകളും പരിശോ ധിക്കുകയാണെങ്കിൽ... ഞങ്ങൾ പരത്തുന്ന രോഗങ്ങളാൽ മരിക്കുന്ന മനുഷ്യരായിക്കും അതിലേറെയും. ചുരുക്കിപ്പറഞ്ഞാൽ കണക്കുകളിൽ ഒന്നാം സ്ഥാനക്കാർ ഞങ്ങൾ കൊതുകുകൾ തന്നെയാണ്.

9

ഞങ്ങളിന്ന് 3500-ൽ പരം വകഭേദങ്ങളിലായി ലോകമെമ്പാടും വ്യാപിച്ച് കിടക്കുന്ന വലിയൊരു പ്രസ്ഥാനമാണ്. മനുഷ്യരായ നിങ്ങൾക്ക് ഞങ്ങളെ ഭൂമിയിൽ നന്നും പൂർണ്ണമായും ഇല്ലാതാക്കാൻ കഴിയില്ല എന്നതുറപ്പാണ് , പക്ഷെ നിങ്ങളൊന്ന് മനസ്സുവെച്ചാൽ ഞങ്ങളുടെ വളർച്ചയും വ്യാപനവും ഒരു പരിധിവരെ നിയന്ത്രിക്കുവാൻ കഴിയും. മറ്റൊരുവിധത്തിൽ പറഞ്ഞാൽ ഞങ്ങളുടെ വളർച്ചയെ സഹായിക്കുന്നത് നിങ്ങളുടെ മുൻവിധിയില്ലാത്ത പ്രവർത്തികൾ തന്നെയാണ്.

ഞങ്ങളുടെ ജിവിതചക്രമനുസരിച്ച് ഉചിതമായ ആവാസസ്ഥലങ്ങളിൽ ഞങ്ങൾ നിഷേപിക്കുന്ന മുട്ടകൾ. അധികം ദിവസങ്ങളെടുക്കാതെ തന്നെ വിരിഞ്ഞ് കൂത്താടികളായും കൊതുകുകളായും രൂപാന്തരം പ്രാപിച്ചുകൊണ്ടിരിക്കുന്നത് നാട്ടിലെ ഒഴുക്കില്ലാതെ കെട്ടിക്കിടക്കുന്ന വെള്ളത്തിൽ ഒരോദിനവും നിരവധിയാണ്.

എന്നും, ഞങ്ങൾക്ക് വളരുവാനും ഒളിച്ചിരിക്കുവാനുമുള്ള സ്ഥലങ്ങൾ നിങ്ങൾ മനുഷ്യർ തന്നെയാണ് ഒരുക്കിത്തരാറുള്ളത്.

നിങ്ങളുടെ അശ്രദ്ധയിലൂടെ വെള്ളം കെട്ടിക്കിടക്കുന്ന സൺഷേഡുകൾ, വലിച്ചുകെട്ടിയ ഷീറ്റുകൾ, ആവശ്യം കിഴിഞ്ഞ് ഉപേക്ഷിക്കപ്പെടുന്ന കുപ്പികൾ, ചിരട്ടകൾ, പാത്രങ്ങൾ തുടങ്ങി ഞങ്ങൾക്ക് വളരുവാൻ അനുയോജ്യമായ സാഹചര്യമുള്ള എല്ലായിടത്തും ഞങ്ങൾ ഞങ്ങളുടെ കൂടൊരുക്കുന്നു.

"ഞങ്ങൾക്ക് വളരുവാനുള്ള അവസരം ഒരുക്കിത്തരുന്നത് നിങ്ങൾ തന്നെയാണ് "

എന്ന് ഞാൻ പറഞ്ഞതിൽ തെറ്റൊന്നുമില്ലെന്ന് ഇപ്പോൾ കൂട്ടുകാർക്ക് മനസ്സിലായിക്കാണുമല്ലൊ ?

ഒരു വിത്തിന് വളരുവാനുള്ള വെള്ളവും , മണ്ണും , സൂര്യപ്രകാശവും കിട്ടിയാൽ അത് പൊട്ടിമുളച്ച് വലുതാകുന്നത് പോലെ, അനുയോജ്യമായ സാഹചര്യങ്ങൾ ഒത്തുകിട്ടുമ്പോൾ ഞങ്ങളും, അവിടങ്ങളിൽ മുട്ടയിടുന്നു , വളരുന്നു , പെരുകുന്നു. മുട്ടയിട്ട് വിരിഞ്ഞുകഴിഞ്ഞാൽ ഒരു പ്രദേശത്തിന്റെ നൂറ് മീറ്റർ ചുറ്റളവിൽ കൂടുതൽ സഞ്ചരിക്കുവാൻ പൊതുവേ ഞങ്ങളിഷ്ടപ്പെടാറില്ല.

അങ്ങനെയുള്ളപ്പോൾ , ഞങ്ങൾ കാരണം ഒരു പ്രദേശത്ത് പകർച്ചവ്യാധികൾ പടർന്നു പിടിക്കുന്നുവെന്ന് പറഞ്ഞാൽ, ആ പ്രദേശത്തിന്റെ നൂറ് മീറ്റർ ചുറ്റളവിലുള്ള മനുഷ്യർ ഞങ്ങൾക്കായി സൃഷ്ടിച്ച് നൽകിയ , ഞങ്ങളുടെ വളർച്ചയ്ക്ക് അനുയോജ്യമായ സാഹചര്യങ്ങൾ തന്നെയാണ് അതിനുള്ള പ്രധാന കാരണം, എന്ന് പറയുന്നതല്ലെ ഉത്തമം.?

കൂട്ടുകോരേ .. നിങ്ങളുടെ വീടുകൾക്കുള്ളിലെ ശുചിമുറികളിലും, മറ്റു മുറികളുടെ മൂലകളിലും ഞങ്ങളുടെ സ്ഥിരസാനിധ്യം പലപ്പോഴും നിങ്ങൾ കണ്ടിട്ടുണ്ടാകും, അതിനുള്ള കാരണം വീടും പരിസരവും വൃത്തിയായി സൂക്ഷിക്കേണ്ടത് ഓരോരുത്തരുടേയും കടമയാണെന്നുള്ള ചിന്തയില്ലാതെ മാലിന്യങ്ങൾ അലക്ഷ്യമായി

വലിച്ചെറയുന്നതും അതിലൂടെ ഒഴുക്ക് നിലച്ച് ജലസ്രോതസ്സുകൾ മലിനമാക്കപ്പെടുന്നതും തന്നെയാണ്.

മനുഷ്യരുടെ അശ്രദ്ധയും, മുൻകരുതലില്ലായ്മയുമാണ് മഴക്കാലമാകുമ്പോൾ ഞങ്ങൾ പെൺകൊതുകുകളെ മരണത്തിന്റെ ഏറ്റവുമടുത്ത കൂട്ടുകാരികളാക്കി മാറ്റുന്നതും..

ആധികാരിക രേഖകളിലെ കണക്കുകൾ പറയുന്നത് മഴക്കാലത്ത് മറ്റ് രോഗങ്ങളാൽ മരിക്കുന്ന മനുഷ്യരുടെ മരണനിരക്ക് ഞങ്ങൾ പരത്തുന്ന രോഗളാൽ മരിക്കുന്നവരേക്കാൾ വളരേ കുറവാണ് എന്നുള്ളതാണ്.

ഇതിന് പ്രതിവിധിയെന്നോണം മഴക്കാലമാകുമ്പോൾത്തന്നെ ഞങ്ങൾ കൊതുക് വർഗ്ഗത്തിനെതിരെ യുദ്ധം പ്രഖ്യാപിച്ചുകൊണ്ട് പലയിടങ്ങളിലും ഭരണാധികാരികൾ പുറത്തിറക്കുന്ന ശുചിത്വബോധവൽക്കണവും, നിയമങ്ങളും , പ്രതിരോധപ്രവർത്തനങ്ങളും പലപ്പോഴും വേണ്ടരീതിയിൽ പ്രാവർത്തികമാകുന്നില്ല എന്നതിനുള്ള വ്യക്തമായ തെളിവല്ലെ ...? ഞങ്ങളുടെ ദിനംപ്രതിയുള്ള വളർച്ചയും, പലയിടങ്ങളിലും ഞങ്ങളാൽ പടർന്നുപിടിക്കുന്ന രോഗങ്ങളുടെ എണ്ണവും .

ഞങ്ങളെ ഇല്ലായ്മചെയ്യുവാൻ നിങ്ങൾ പലവിധ നൂതനമാർഗ്ഗങ്ങൾ സ്വികരിക്കുന്നുണ്ടെന്നുള്ളത് , ഞങ്ങൾക്കറിയാവുന്നതും , ഞങ്ങൾക്കിടയിൽ പരസ്യമായതുമായ നിങ്ങളുടെ രഹസ്യങ്ങളാണ്.

കീടനാശിനിയും മണ്ണെണ്ണയും ഒഴിച്ച് ഞങ്ങളുടെ കൂത്താടികളെ നശിപ്പിച്ചും , ഒഴുക്കില്ലാതെ കെട്ടിക്കിടക്കുന്ന വെള്ളം ഇല്ലാതാക്കിയും നിങ്ങളതിന് ശ്രമിക്കുമ്പോഴും മറുവശത്ത് മനുഷ്യർ തന്നെ ഞങ്ങൾക്ക് വളരുവാനുള്ള ആവാസസൗകര്യങ്ങൾ അവരവരുടെ വീടുകളിൽത്തന്നെ ഒരുക്കിത്തരുന്നു എന്നുള്ളതാണ് വാസ്തവം.. അതിനൊരു ഉദാഹരണം പറയാം, നിങ്ങളുടെ വീടുകളിൽ അലങ്കാരത്തിനായി വെള്ളം നിറച്ചുവച്ചിരിക്കുന്ന ഫ്ലവർവേസുകൾ . അവ ഞങ്ങളിഷ്ടപ്പെടുന്ന വാസസ്ഥലങ്ങളിൽ ഒന്നുമാത്രമാണ്.. ഇതു പോലുള്ള എത്രയോ സ്ഥലങ്ങളാണ് ഓരോ വീടുകളിലും ഞങ്ങളുടെ വളർച്ചയെ സഹായിച്ചുകൊണ്ടിരിക്കുന്നത്.

"എലിയേ പേടിച്ച് ഇല്ലംചുടുക "

എന്ന പഴമൊഴി നിങ്ങൾ പറയുന്നത് പലപ്പോഴും ഞങ്ങൾ കേട്ടിട്ടുണ്ട്. അതു തന്നെയാണ് ഇന്ന് എവിടേയും നടക്കുന്നത്. അതെന്താണന്നല്ലേ ?. അതു ഞാൻ പറയാം.

ഞാനുൾപ്പെടുന്ന കൊതുക് വർഗ്ഗത്തെ വീടുകളിൽ നിന്നും അകറ്റി നിർത്തുവാൻ നിങ്ങൾപൊതുവേ ഉപയോഗിക്കുന്നത് കൊതുകുതിരികളും , മാറ്റും , ലിക്വിസൈറ്റുകളുമാണ്. ഇതിലെല്ലാം ഉപയോഗിച്ചിരിക്കുന്നത് " പൈറിത്രം " എന്ന വിഷവസ്തു ആണ് കൂട്ടുകാരെ ... നിങ്ങൾക്കറിവുള്ള കാര്യമാണോ ? അതിനൊപ്പം മറ്റ് രാസവസ്തുക്കളും ചേർക്കുന്നു എന്നുള്ളതാണ് രഹസ്യമായ വസ്തുത.. മേൽ പറഞ്ഞ രാസവസ്തുക്കൾ വായുവിൽ അലിഞ്ഞ് ചേരുമ്പോഴാണ് ഞങ്ങൾ അവിടങ്ങളിൽ നിന്നും മാറി നിൽക്കുന്നത്. പക്ഷെ നിങ്ങളോ .? അതേ രാസവസ്തു ശ്വസിച്ചുകൊണ്ട് പിൽക്കാലങ്ങളിൽ "ആസ്മ" പോലുള്ള രോഗങ്ങൾക്ക് അടിമകളായി മാറുന്നു. ഇതെന്റെമാത്രം കണ്ടുപിടുത്തമല്ലട്ടോ മനുഷ്യർ തന്നെ പഠനം നടത്തി കണ്ടുപിടിച്ച കാര്യമാണ്.

10

മനുഷ്യർ ഭൂമിയിൽ പിറവിയെടുത്ത നാൾമുതൽ ഒരുപക്ഷെ അതിന് മുൻപുതന്നെ, ഞങ്ങളീഭൂമിയിലെ നിറസാന്നിധ്യമാണ്. അതിനാൽത്തന്നെ ഞങ്ങൾ കൊതുകുകളും മനുഷ്യരും തമ്മിൽ ഇന്നും തുടരുന്ന യുദ്ധത്തിന് മനുഷ്യന്റെ ഉല്പത്തിയോളം തന്നെ പഴക്കവുമുണ്ട്.പണ്ട്മുതലേ ഞങ്ങളെ പ്രതിരോധിക്കുവാൻ നിങ്ങൾ പല മാർഗ്ഗങ്ങളും ഉപയോഗിച്ചിരുന്നു. ഇന്നും തുടരുന്ന പുകയിടലും, കൊതുകുവലയുമെല്ലാം അതിന്റെ ചില ശേഷിപ്പുകൾ മാത്രമാണ്.

ഇന്നീ , തിരക്കുപിടിച്ച ലോകത്തിൽ ആർക്കും ഒന്നിനും നേരമില്ലല്ലോ? അതുകൊണ്ടുതന്നെ ഞങ്ങളെ തുരത്തുവാനായി അനുദിനം പുതിയ പുതിയ മാർഗ്ഗങ്ങളാണ് മനുഷ്യവർഗ്ഗം പരീക്ഷിച്ചുകൊണ്ടിരിക്കുന്നത്.

കൊതുക് ബാറ്റ് , കൊതുക് കെണികൾ, ലെമൺയൂക്കാലിപ്റ്റസ് ഓയിൽ, പെപ്പർമിന്റ് ഓയിലും വെളിച്ചെണ്ണയും ചേർത്തുണ്ടാക്കിയ മിശ്രിതം, വേപ്പെണ്ണയും , വെളിച്ചെണ്ണയും ചേർത്തുണ്ടാക്കിയ മിശ്രിതം അങ്ങനെയങ്ങനെ പല നൂതനമാർഗ്ഗങ്ങളും , കണ്ടുപിടുത്തങ്ങളും മാരകമായ രാസവസ്തുക്കളും ഞങ്ങൾക്കെതിരെയുള്ള വജ്രായുധങ്ങളാക്കി മനുഷ്യർ മാറ്റിക്കൊണ്ടിരിക്കുന്നു.

എന്നിട്ടും .....

മലേറിയ, മന്ത്, ജപ്പാൻ ജ്വരം, ഡെങ്കിപ്പനി, ചിക്കൻ ഗുനിയ, ആഫ്രിക്കയിലും - ലാറ്റിനമേരിക്കയിലും സ്ഥിതീകരിച്ച മഞ്ഞപ്പനി.. ഞങ്ങളേറ്റവും പുതുമയോടെ വിജയകരമായി മനുഷ്യർക്ക് പകർന്നു നൽകിയ സിക്ക (zika), തുടങ്ങിയ ചെറുതും വലുതുമായ പല രോഗങ്ങളുടെയും മിത്രങ്ങളായി അവരുടെ വാഹനമായി, വാഹകരായി പൂർവ്വാധികം ശക്തിയോടെ ഞങ്ങളിന്നും ഭൂമിയിൽത്തന്നെയുണ്ട്.എന്നതാണ് ഇന്നിന്റെ യാഥാർഥ്യം.

ചില സമയങ്ങളിൽ ചിലരെ മാത്രം ഞങ്ങൾ തിരഞ്ഞുപിടിച്ച് ഉപദ്രവിക്കുന്നതായി നിങ്ങൾക്ക് തോന്നിയിട്ടുണ്ടോ ? എങ്കിലത് ശരിയാണ്. അതിനൊരു കാരണവുമുണ്ട്ട്രോ ...

നിങ്ങൾ ധരിക്കുന്ന വസ്ത്രങ്ങളുടെ നിറങ്ങൾ മുതൽ നിങ്ങളുടെ ശരീരത്തിൽ അടങ്ങിയിരിക്കുന്ന കാർബൺ ഡൈ ഓക്സൈഡിന്റെ അളവും , എന്തിനേറെ പറയുന്നു ... നിങ്ങളുടെ രക്ത ഗ്രൂപ്പുകൾവരെ ഞങ്ങളെ ആകർഷിക്കുന്നവയാണ്. മാത്രവുമല്ല ഞങ്ങളിൽ പലരും പലതരത്തിലുള്ള മനുഷ്യശരീരങ്ങളെ ഇഷ്ടപെടുന്നവരുമാണ്. ഗർഭിണികൾ, മുതിർന്നവർ, നല്ല വലിപ്പമുള്ള ശരീരമുള്ളവർ, നല്ലതുപോലെ വിയർക്കുന്നവർ, മൃദുലമായ ത്വക്കുള്ളവർ അങ്ങനെ പോകുന്നു ഞങ്ങളിഷ്ടപ്പെടുന്ന മനുഷ്യഗണത്തിന്റെ നീണ്ടനിര. ചില മനുഷ്യരുടെ ശരീരത്തിൽനിന്നും പുറപ്പെടുന്ന ശ്രവങ്ങളുടെ ഗന്ധങ്ങൾ ഞങ്ങൾക്ക് വളരേ ഇഷ്ടമാണ്... അതുകൊണ്ടാണ്.. പലപ്പോഴും ഞങ്ങൾ നിങ്ങളുടെ തലയുടെ മുകളിൽ കൂട്ടത്തോടെ വട്ടമിട്ട് മൂളിപ്പറക്കുന്നതും. മനുഷ്യരുടെ വായിൽനിന്നും മൂക്കിൽനിന്നും പുറപ്പെടുന്ന കാർബൺ ഡെ ഒക്സൈസിന്റെ ഗന്ധം ഞങ്ങൾ കൊതുകുകൾക്ക് നൂറടി ദൂരെനിന്നുപോലും തിരിച്ചറിയുവാൻ സാധിക്കും ഞങ്ങളത്ര നിസ്സാരക്കാരല്ലെന്ന് നിങ്ങൾക്കിപ്പോൾ മനസ്സിലായിക്കാണുമല്ലോ ?

കൂട്ടുകാരെ , ഞാൻ കേട്ടതും അറിഞ്ഞതുമായ കുറച്ച് സത്യങ്ങൾ നിങ്ങളോട് പറഞ്ഞെന്നു മാത്രം ഇനിയുമേറെ പറയാനുണ്ടെങ്കിലും അതിനി , മറ്റൊരവസരത്തിലാവാം. ഇവിടെ നിങ്ങൾ പരിചയപ്പെട്ടത് കൊതുവർഗ്ഗത്തിൽപ്പെട്ട കുറച്ചുപേരെ മാത്രമാണ് പ്രകൃതിയിലുണ്ടാകുന്ന മാറ്റങ്ങൾ കാരണം ഞങ്ങളിലും മാറ്റങ്ങളുണ്ടാക്കുന്നുണ്ട് അതുകൊണ്ട് തന്നെ ഭാവിയിൽ ജനിതകമാറ്റം സംഭവിച്ച ഞങ്ങളുടെ പുതിയ തലമുറകളേയും അവർ പരത്തുന്ന രോഗങ്ങളേയും പ്രധിരോധിക്കുവാൻ നിങ്ങൾ മനുഷ്യർക്ക് പുതിയ വഴികൾ കണ്ടെത്തേണ്ടിവരുമെന്നത് ഉറപ്പായ കാര്യമാണ്.

എങ്കിൽ ശരി കൂട്ടുകാരെ നമുക്ക് വീണ്ടും കാണാം. എനിക്കെന്റെ ജോലി തുടങ്ങുവാനുള്ള നേരമായി . പക്ഷെ, യാത്രപറയുന്നതിനുമുൻപായി ഒരു കാര്യം കൂടി ഞാൻ പറഞ്ഞു കൊള്ളട്ടെ ...

മനുഷ്യരെ പോലെതന്നെ ഭൂമിയിലെ സകലചരാചരങ്ങളേയും പോലെതന്നെ ഞങ്ങളും ഈ മണ്ണിന്റെ അവകാശികളാണ്. സാധാരണയായി ഞങ്ങൾ കൊതുകുകൾ സ്വന്തം വാസസ്ഥലത്തു നിന്നും മൂന്നൂറ്, അഞ്ഞൂറ് അടി ദൂരം മാത്രമെ സഞ്ചരിക്കാറുള്ളൂ. അതുകൊണ്ട് വീടും പരിസരവും വൃത്തിയായി സൂക്ഷിക്കുക.. എങ്കിൽ .. നിങ്ങളെ ഉപദ്രവിക്കുവാനായി ഞങ്ങൾ വരുന്നത് കുറവായിരിക്കും..

11

അനോഫിലസേ വളരെ ശരിയായ കാര്യമാണ് നീ പറഞ്ഞത്. "

" അല്ലാ ഇതാര് ആർമിജിറസോ ? നിന്റെ കാര്യം ഞാനിപ്പോൾ പറഞ്ഞതേയുള്ളൂ."

"നിങ്ങൾ പറഞ്ഞതെന്താണെന്ന് മുഴുവനായയും ഞാൻ കേട്ടില്ല. എങ്കിലും അനോഫിലസിന്റെ തീപ്പൊരി പ്രസംഗം ഞാൻ കേട്ടു. അതിൽ നീ , എന്നെക്കുറിച്ച് പറഞ്ഞതു കേട്ടപ്പോൾ നിന്നുപോയതാണ്. അതുകൊണ്ടാണ് ഞാൻ നിങ്ങളെ ശ്രദ്ധിച്ചതെന്ന് പറയുന്നതാവും കൂടുതൽ ശരി. "

" ആർമിജിറസെ നമ്മൾ ഒരോദിനവും എത്രയോ സംഭവങ്ങൾക്കാണ് സാക്ഷികളാകാറുള്ളത് ? അതിൽ നിറഞ്ഞിരിക്കുന്ന സത്യങ്ങളല്ലാം നമ്മൾ പറയുന്ന കഥകളിലൂടെ കേൾക്കുവാൻ ഇഷ്ടപ്പെടുന്ന കൂട്ടുകാരോട് ഞങ്ങളിവിടെ പങ്കുവെയ്ക്കുകയായിരുന്നു ."

" ആഹാ അങ്ങനെയാണെങ്കിൽ എനിക്കും ഒരു കഥ പറയണം. നിങ്ങളേപ്പോലെതന്നെ ഞാനും ഒരു കൊതുകല്ലെ ? അനോഫിലസ് നേരത്തേ പറഞ്ഞതു പോലെ മനുഷ്യർക്കിടയിൽ രോഗങ്ങൾ പരത്തുന്നതിൽ ഞങ്ങൾ പ്രഗൽഭരൊന്നുമല്ലെങ്കിലും .. അവരുടെ ചോര കുടിക്കുന്ന കാര്യത്തിൽ ഞങ്ങളും നിങ്ങളും തുല്യരാണ്. "

" അത് നീ പറഞ്ഞത് നൂറ് ശതമാനവും ശരിയാണ് ആർമിജിറസേ . അതു മാത്രവുമല്ല നിന്റെ അനുഭവങ്ങൾ കൂടി പങ്കുവെച്ചെങ്കിൽ മാത്രമെ ഈ മണ്ണിലെ പറക്കുന്ന രക്തദാഹികളായ നമ്മൾ കൊതുക് വർഗ്ഗത്തിന്റെ അനുഭവങ്ങൾക്ക് പൂർണത ലഭിക്കൂ. "

"അനോഫിലസേ എങ്കിൽ ഞാൻ ഒരു വ്യത്യസ്തമായ കഥ പറയാം. അതിനൊരു കാരണവുമുണ്ട് , "

" അതു കൊള്ളാമലോ, എങ്കിൽ നീ പറയുന്ന കഥകൂടി കേട്ടിട്ടേ ഞങ്ങൾ പോകുന്നുള്ളൂ. "

" വളരെ സന്തോഷം കൂട്ടുകാരേ. ഞാൻ പറയാൻ പോകുന്ന കഥയിലെ കഥാപാത്രങ്ങൾ മനുഷ്യരല്ലട്ടോ . മനുഷ്യരക്തം മാത്രമല്ലല്ലോ നമ്മൾ

കുടിക്കുന്നത് ഇടയ്ക്കൊക്കെ മൃഗങ്ങളുടെ രക്തവും നമ്മൾ കുടിക്കാറില്ലേ? അതുകൊണ്ട് മൃഗങ്ങളാണ് എന്റെ കഥയിലെ കഥാപാത്രങ്ങൾ.പക്ഷെ, ഞാനീ കഥയിൽ വെറുമൊരു കാഴ്ചക്കാരി മാത്രമാണ് .എങ്കിൽ ഞാൻ പറഞ്ഞുതുടങ്ങട്ടെ കൂട്ടുകാരെ . "

ഞാനിവിടെ പറയുന്നത് ഞാൻ സ്ഥിരമായി സമയം ചെലവഴിക്കുന്ന കേണൽ സാറിന്റെ വീട്ടിലെ വളർത്തുനായകളായ ടൈഗറിന്റേയും ജൂലിയുടേയും കഥയാണ്.

ജൂലി ടൈഗറിന്റെ കുഞ്ഞുങ്ങളെ പ്രസവിച്ചിട്ട് കുറച്ചു നാൾ കഴിഞ്ഞ ഒരു ദിവസം.

പതിവുപോലെ സായാഹ്നമായപ്പോൾ ഞാനെന്റെ വിശപ്പടക്കുവാനായി ടൈഗറിന്റെ പുറത്തിരുന്ന് ചോരകുടിക്കുകയായിരുന്നു. അന്നേരം തന്നെയാണ് ടൈഗറിന്റെയും ജൂലിയുടേയും കുഞ്ഞുങ്ങളെ കാണുവാനായി അവരുടെ യജമാനൻ കേണൽസാറും ഭാര്യയും അവിടേക്ക് വന്നത്. ജൂലിയുടെ അരികിലായി ഓടിക്കളിച്ച് കുസൃതികൾ കാണിക്കുന്ന നായക്കുട്ടികളെ കണ്ടപ്പോൾ അവരുടെ സന്തോഷം ഇരട്ടിച്ചു.

നായക്കുട്ടികളെ നോക്കിക്കൊണ്ട് കേണൽ തന്റെ ഭാര്യയോട് പറഞ്ഞു.

12

മൂന്ന് കുഞ്ഞുങ്ങൾക്കും നല്ല ആരോഗ്യമുണ്ട്. അതുകൊണ്ടു തന്നെ ഒരോന്നിനും നല്ല വില കിട്ടും. മുന്നെണ്ണത്തിൽ ഒരുത്തൻ വെളുമ്പൻ , ഒരുത്തൻ കറുമ്പൻ , പിന്നെ ഒരെണ്ണം പാണ്ടനാണ് " .

കേണലിന്റെ വാക്കുകൾ കേട്ടതും , കുഞ്ഞുങ്ങളെ വിറ്റ് കാശാക്കുന്ന കാര്യമാണ് അവർ തമ്മിൽ പറയുന്നതെന്ന് എനിക്ക് മനസ്സിലായി. തനിക്കും, ജൂലിക്കും അധികം വൈകാതെ തന്നെ കുഞ്ഞുങ്ങളെ നഷ്ടമാകുമെന്ന കാര്യം ടൈഗറിനും മനസ്സിലായെങ്കിലും തന്റെ വിഷമം ഉള്ളിലൊതുക്കിക്കൊണ്ട് അപ്പോഴുമവൻ നന്ദി പറയുംപോലെ വാലാട്ടികൊണ്ട് യജമാനന്റെ കൂടെ തന്നെ നിൽക്കുന്നുണ്ടായിരുന്നു.അടുത്ത ദിവസം പുലർച്ചെയിൽ കുഞ്ഞ് വെളുമ്പൻ കളിച്ച് കളിച്ച് ഗെയ്റ്റിനടിയിലൂടെ പുറത്തേക്കിറങ്ങി.

അവൻ പുറത്തേക്ക് പോകുന്നത് കണ്ടതും ഞാനും അവന്റെ പിന്നാലെ കൂടി
. മതിൽക്കെട്ടിന് പുറത്തുള്ള പുതിയകാഴ്ചകൾ കണ്ട് അവൻ മുന്നോട്ട്
നടന്നുകൊണ്ടിരുന്നു. ഒപ്പം.. അവന് പിന്നാലെയായി ഞാനും .

"ആരാടാ അത് "

പുറകിൽ നിന്നും ഒരു ദീകരശബ്ദം കേട്ട് വെളുമ്പനും ഞാനും ഒരുമിച്ച്
തിരിഞ്ഞുനോക്കി.. തെരുവുനായകൾ . മൂന്ന് പേരുണ്ട്. അവർ വെളുമ്പന്റെ
അടുത്തേക്ക് നടന്ന് വരുകയാണ്.

തെരുവിൽ   അലഞ്ഞുനടക്കുന്ന   ഇവറ്റകളെ   താനെന്നും
കാണാറുള്ളതാണെങ്കിലും, വെളുമ്പൻ ആദ്യമായാണ് തെരുവുനായകളെ
കാണുന്നത്.. എങ്കിലും ഈ ഭീകരന്മാരെക്കുറിച്ചുള്ള കഥകൾ അവന്റെ

അമ്മയും അച്ഛനും അവന് പറഞ്ഞു കൊടുത്തിട്ടുണ്ടാകണം. അതെല്ലാം വെളുമ്പന്റെ മനസ്സിൽ ഒന്നൊന്നായി തെളിഞ്ഞുവന്നതുപോലെ അവൻ മെല്ലെ വഴിയുടെ അരികിലേക്ക് ഒതുങ്ങിക്കൊണ്ട് ഓടുവാൻ തയ്യാറെടുത്തു..

"നില്ലെടാ അവിടെ, നീ ആ ടൈഗറിന്റെ മകനല്ലെ ...? ഞങ്ങളും അവനും തമ്മിൽ പഴയൊരു കണക്ക് ബാക്കിയുണ്ട്. ഇന്ന് ... അതങ്ങ് തീർത്തേക്കാം " .

തെരുവ് നായകളുടെ സംസാരവും ചലനങ്ങളും കണ്ടപ്പോൾത്തന്നെ പ്രശ്നം ഗുരുതരമാണെന്ന്, എനിക്ക് മനസ്സിലായി എന്തുചെയ്യണമെന്നറിയാതെ ഞാൻ വെളുമ്പനെ നോക്കി. പക്ഷെ ... പിന്നീട് അവിടെ സംഭവിച്ചത് എന്റെ പ്രതീക്ഷകൾക്ക് വിപരിതമായിരുന്നു.

തെരുവ് നായകളുടെ വാക്കുകൾ കേട്ടതും വെളുമ്പന്റെ ചിന്തയും കർമ്മവും ക്ഷണനേരം കൊണ്ട് പ്രവർത്തിച്ചു. വെളുമ്പൻ പിന്നെ മറ്റൊന്നും ആലോചില്ല. സർവ്വശക്തിയും തന്റെ കാലുകളിൽ അവാഹിച്ചുകൊണ്ട് അവൻ തന്റെ വീട് ലക്ഷ്യമാക്കി കുതിച്ചു. അവന്റെ പിന്നാലെ പറന്ന് ഒപ്പമെത്തുവാൻ എന്റെ

ചിറക്കുൾക്ക് വിശ്രമമില്ലാതെ പണിയെടുക്കേണ്ടിവന്നു, എന്ന് പറയുന്നതാവും കൂടുതൽ ശരി.

കരഞ്ഞുകൊണ്ട് ഗെയ്റ്റ് കടന്നുവരുന്ന വെളുമ്പനെ കണ്ടതും ടൈഗറും ജൂലിയും ചാടി എഴുന്നേറ്റു. വെളുമ്പൻ ഓടി വന്ന് ടൈഗറിന്റെ പിന്നിലൊളിച്ചു. ഗെയ്റ്റിന് വെളിയിൽനിൽക്കുന്ന തെരുവ് നായകളെ കണ്ടപ്പോൾതന്നെ ടൈഗറിന് കാര്യം മനസ്സിലായി.

"എടാ ടൈഗറേ നീ ചെവിയിൽ നുള്ളിക്കോ നിന്റെ കുഞ്ഞുങ്ങളെ ഞങ്ങൾ തീർത്തിരിക്കും "

തെരുവുനായകളുടെ ഭീഷണി ജൂലിയും ടൈഗറും ഭയത്തോടെയാണ് കേട്ടുനിന്നത്. പക്ഷെ,അന്നേരവും സംഭവിച്ചത് എന്താണെന്ന് മനസ്സിലാകാതെ വെളുമ്പനും , അവനെ പിൻതുടർന്ന് അതിവേഗം പറന്ന് തളർന്ന ഞാനും കിതച്ചു കൊണ്ട് ടൈഗറിന്റെ പിന്നിൽത്തന്നെ നൽക്കുകയായിരുന്നു.

കുറച്ചുസമയം കഴിഞ്ഞതും തെരുവ് നായകളുടെ കൂട്ടനിലവിളിയും കരച്ചിലും പുറത്ത് നിന്നും കേൾക്കുവാൻ തുടങ്ങി. കാര്യമെന്തെന്നറിയുവാൻ ഞാനും ടൈഗറും ജൂലിയും ഗെയ്റ്റിന് അരികിൽ നിന്നും പുറത്തേക്ക് നോക്കി.

ഞങ്ങൾക്ക് ആ കാഴ്ച വിശ്വസിക്കുവാൻ കഴിഞ്ഞില്ല. കുറച്ചുപേർ ചേർന്ന് തെരിവുനായകളെ വലയിട്ട് പിടിച്ചിരിക്കുകയാണ്.

അപ്പോഴാണ് കഴിഞ്ഞദിവസം ടൈഗറിന്റെ യജമാനൻ കേണൽ സാർ , ഭാര്യയോട് പറഞ്ഞ വാക്കുകൾ എനിക്കോർമ്മവന്നത്.

" പഞ്ചായത്തിൽ നായപിടുത്തക്കാർ ഇറങ്ങിയിട്ടുണ്ട്. ടൈഗറും,ജൂലിയും വഴിയിലേക്ക് പോകാതെ ശ്രദ്ധിക്കണം. എപ്പോഴും ഗെയ്റ്റ് അടച്ചുതന്നെ ഇട്ടേക്കണം ".

"നായപിടുത്തക്കാരാണ് " .

ഞാൻ മനസ്സിലാക്കിയ സത്യം ശരിവെക്കും പോലെ ടൈഗർ ജൂലിയെ നോക്കിക്കൊണ്ട് പറഞ്ഞു.

നായപിടുത്തക്കാർ കഴുത്തിൽ കെട്ടിയ കെട്ടഴിച്ച് വിടുവാനായി തെരുവുനായകൾ കിടന്ന് നിലവിളിക്കുന്നത് കണ്ടപ്പോൾ സന്തോഷം അടക്കുവാൻ കഴിയാതെ ടൈഗർ ഗെയ്റ്റിന് മുന്നിൽ നിന്നും അവരേനോക്കി നീട്ടി നീട്ടി കുരക്കുവാൻ തുടങ്ങി. ചെറിയരു മൂളിപാട്ടുമായി പറന്നുചെന്ന് ടൈഗറിന്റെ പുറത്തിരുന്നു കൊണ്ട് ഞാനും അവന്റെ സന്തോഷത്തിൽ പങ്കു ചേർന്നു.

നായപിടുത്തക്കാർ തെരിവുനായകളെ വണ്ടിയിൽ കയറ്റികൊണ്ടുപോകുന്നത് ടൈഗറും, ജൂലിയും,വെളുമ്പനും,കറുമ്പനും ,പാണ്ടനും , ഞാനും ചിരിയോടെ നോക്കിനിന്നു..

ഞങ്ങളുടെ സന്തോഷം കണ്ടിട്ടെന്നപോലെ, ഒരു തെരുവ് നായ വണ്ടിയിൽ നിന്നും വിളിച്ച് പറയുന്നത് ഞങ്ങക്ക് കേൾക്കാമായിരുന്നു....

"എടാ ടൈഗറേ ഇത് ഇവിടം കൊണ്ട് തീർന്നുവെന്ന് നീ കരുതണ്ട ഞങ്ങൾ തിരിച്ച് വരും നോക്കിക്കോ.. "

പക്ഷെ ആ തെരുവ് നായയുടെ ഭീഷണിയുടെ ശബ്ദം പിന്നീടൊരു ദയനീയമായ നിലവിളിയിലാണ് കലാശിച്ചത്.

അപ്പോ കൂട്ടുകാരെ ഇവിടെ വസിക്കുന്ന മനുഷ്യർക്കിടയിൽ മാത്രമല്ല മൃഗങ്ങൾക്കിടയിലും രസകരമായ സംഭവങ്ങളുണ്ടെന്ന് ഇപ്പോൾ നിങ്ങൾക്ക് മനസ്സിലായില്ലേ ?

ഞാൻ നേരിൽ കണ്ടതും അറിഞ്ഞതുമായ കാഴ്ചകൾ ഇനിയുണ്ട് പക്ഷേ അതെല്ലാം ഇനി മറ്റൊരു അവസരത്തിലാവാം. എന്റെ അനുഭവങ്ങൾ കേൾക്കുവാൻ മനസ്സു കാണിച്ച എന്റെ കൂട്ടുകാർക്ക് ഞാൻ നന്ദി പറയുകയാണ്.

അപ്പോ... ശരി അനോഫിലസേ , ഇനിയും സംസാരിച്ചു നിന്നാൽ ശരിയാവില്ല. സംസാരിച്ചു നിന്നാൽ വിശപ്പ് മാറില്ലല്ലോ ? അതിനുള്ള മാർഗ്ഗം നമ്മൾതന്നെ കണ്ടത്തേണ്ടിയിരിക്കുന്നു.

ആർമിജിറസേ നീ പറഞ്ഞത് ശരിയാണ്. ഇപ്പോൾത്തന്നെ സമയം അതിക്രമിച്ചു. പിന്നെ ... നമ്മൾ ഇവിടെയൊക്കെത്തന്നെയുണ്ടല്ലോ ? അല്ലാതെ എവിടെ പോകുവാനാണ് ? പുതിയ കഥകളുമായി നമുക്ക് വിണ്ടും കാണാം കൂട്ടുകാരേ... അതുവരെ നമുക്കൊരു ചെറിയ ഇടവേള പറയാം. .... എന്താ ഒക്കെയല്ലേ ...?

എന്ന്

നിങ്ങളുടെ സ്വന്തം

കൊതുകുകൾ

9 798888 521783